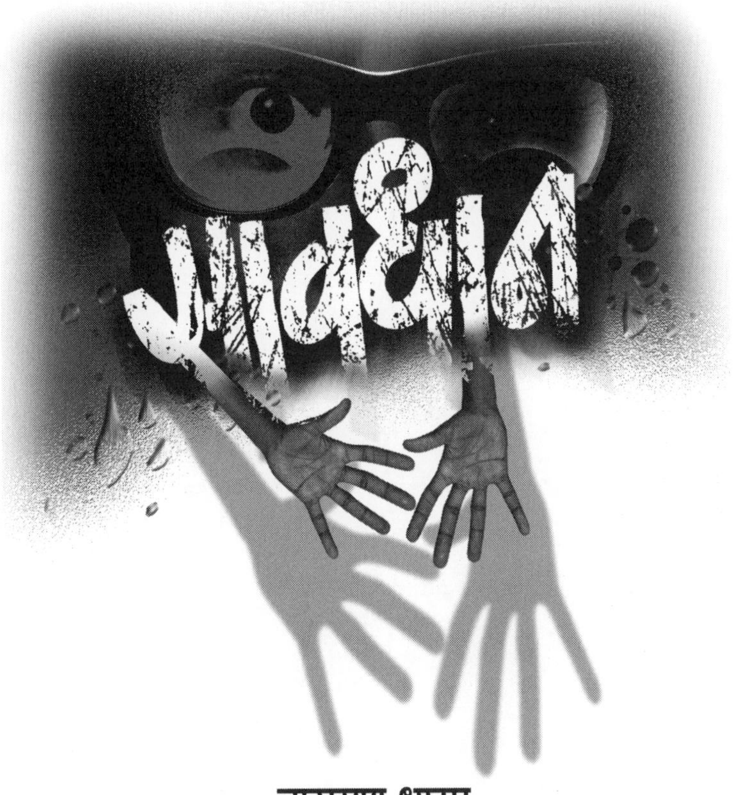

नारायण धारप

साकेत प्रकाशन

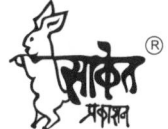

सावधान !
कथासंग्रह
नारायण धारप

प्रकाशन क्रमांक - १५४२
पहिली आवृत्ती - २०११
दुसरी आवृत्ती - २०१३
तिसरी आवृत्ती - २०१८

प्रकाशक
साकेत बाबा भांड
साकेत प्रकाशन प्रा. लि.
११५, म. गांधीनगर, स्टेशन रोड
औरंगाबाद - ४३१ ००५
फोन - (०२४०)२३३२६९२/९५
www.saketpublication.com
info@saketpublication.com

पुणे कार्यालय
साकेत प्रकाशन प्रा. लि.
ऑफिस नं. ०२, 'ए' विंग
पहिला मजला, धनलक्ष्मी कॉम्प्लेक्स
३७३ शनिवार पेठ
कन्या शाळेसमोर, कागद गल्ली
पुणे - ४११ ०३०
फोन - (०२०) २४४३६६९२

Savdhan !
Short Stories
Narayan Dharap

© सर्व हक्क सुरक्षित, २०११

प्रमिला नारायण धारप
१८८७, सदाशिव पेठ,
पुणे - ३०

अक्षरजुळणी ः भंडारी मुद्रणालय, आनंदनगर, सिंहगड रोड, पुणे - ४११ ०५१
मुखपृष्ठ ः संतुक गोळेगावकर

मुद्रक ः
प्रिंटवेल इंटरनॅशनल प्रा. लि.
जी-१२, चिकलठाणा, औरंगाबाद

ISBN-978-81-7786-833-3
किंमत ः १६० रुपये

प्रकाशकीय

नारायण धारप हे नाव आताच्या वाचन करणाऱ्या पिढीला नवीन असलं, तरीही आपल्या रहस्यमय लेखनाने त्यांनी एक काळ गाजवला होता, ही गोष्ट कधीच न विसरण्यासारखी आहे. गेल्या शतकातील साठच्या दशकात त्यांनी लेखनाला सुरुवात केली आणि त्यानंतर अखेरपर्यंत ते सातत्याने लिहीत राहिले आहेत. मराठी साहित्यात रहस्यकथेचे आणि कादंबरीचे दालन समृध्द करणारे जे काही मोजकेच स्वतंत्र लेखन करणारे लेखक आहेत, त्यांत नारायण धारपांचे स्थान अव्वल आहे.

कथानकात पुढे काय होणार याची उत्सुकता कायम ठेवत, वाचकाला आपल्या लेखनात गुंतवून ठेवणे, इतकेच नाही तर त्या वातावरणाचा एक भाग बनविण्याचे कसब ज्या काही लेखकांना साध्य झाले; त्यापैकी नारायण धारप एक आहेत, ही गोष्टही आवर्जून नमूद करण्यासारखी आहे. त्यामुळेच दूरदर्शन आणि इतर प्रसारमाध्यमांची फारशी चलती नव्हती, त्या काळात सामान्य वाचक अतिशय आतुरतेने त्यांच्या लेखनाची वाट पाहत असत. वाचनालयात विशेषत: सर्क्युलेटिंग लायब्ररीजमधून त्यांची पुस्तके वाचायला मिळविण्यासाठी वाचक रांगा लावीत असत, ही गोष्ट त्यांच्या लेखनाची वाचकप्रियता स्पष्ट करण्यास पुरेशी आहे.

माणसाला नेहमीच कोणतेही रहस्य जाणून घेणारी मुळातच उत्कंठा असते. हे समाधान वाचनातून मिळते, तितके दुसऱ्या कोणत्याही माध्यमातून मिळत नसल्यामुळे वाचनाकडे आकर्षित झालेली नवी पिढी रहस्यमय कथा, कादंबऱ्याच्या प्रतीक्षेत आहे. या वाचकांची वाचनाची भूक भागविण्यासाठी नारायण धारप यांचे रहस्यमय साहित्य पुन्हा नव्याने प्रकाशित करण्याचा आम्ही निर्णय घेतला आहे.

नारायण धारप यांचे रहस्यमय साहित्य चांगल्या आणि दर्जेदार स्वरूपात प्रकाशित केल्यामुळे वाचकांना त्याचा अतिशय योग्य प्रकारे आणि मनासारखा आस्वाद घेता येईल, असे वाटते. नव्या स्वरूपातील या अस्सल मराठी रहस्य साहित्याचे वाचक नक्कीच स्वागत करतील, अशी खात्री आहे.

- प्रकाशक

नारायण धारप यांचे साहित्य

पाठलाग	नारायण धारप	१००.००
ग्रास	नारायण धारप	१००.००
महावीर आर्य, विधाता	नारायण धारप	१००.००
सावधान	नारायण धारप	१२०.००
भुकेली रात्र	नारायण धारप	१२०.००
माणकाचे डोळे	नारायण धारप	१२०.००
द्वैत	नारायण धारप	१२०.००
दरवाजे	नारायण धारप	१२०.००
अंधारयात्रा	नारायण धारप	१६०.००
अघटित	नारायण धारप	१००.००
शापित फ्रँकेस्टाईन	नारायण धारप	१००.००
काळ्याकपारी	नारायण धारप	१००.००
इक्माई	नारायण धारप	१००.००
शाडूचा शाप	नारायण धारप	१००.००
कृष्णचंद्र	नारायण धारप	१००.००
नवी माणसं	नारायण धारप	१००.००

अनुक्रम

नारायण धारप यांचे साहित्य

अनोळखी दिशा १	नारायण धारप	२५०.००
अनोळखी दिशा २	नारायण धारप	२५०.००
अनोळखी दिशा ३	नारायण धारप	२५०.००
स्वाहा	नारायण धारप	२००.००
विश्वसम्राट	नारायण धारप	१००.००
काळी जोगिण	नारायण धारप	१००.००
प्रा. वाईकरांची कथा	नारायण धारप	२००.००
सीमेपलिकडून	नारायण धारप	२००.००
चेटकीण	नारायण धारप	२००.००

आकाशात तरंगणारा डोळा

माझी मन:स्थिती फारच विलक्षण झाली आहे. त्याला शब्दच नाहीत. 'भ्यायलेलो आहे' असे म्हणालो असतो; पण 'भीती' हा शब्द आताच्या वेळी फार तोकडा वाटतो. ही साधी भीती नाही- ही-

तसे नाही जमायचे. सारे पहिल्यापासून सांगायला हवे.

घटकाभर समजा की रात्री तुम्हाला एक भीषण स्वप्न पडले. खरोखरीच भीषण. म्हणजे अंगावर काटा आणणारे. घामाने थबथबून, झोपेतून दचकून जागे करायला लावणारे. तुम्ही जागे झालात - आसपास रोजचीच खोली आहे, बाहेरून रोजचेच आवाज येताहेत, हे पाहून समाधानाचा नि:श्वास सोडलात - रात्री समोर नाचणारे, उरावर बसणारे विद्रूप ध्यान, सगळे काही खोटे होते, अशी खात्री करून घेतलीत आणि रोजच्या उद्योगाला लागलात-

आणि मग सकाळच्या गर्दीत, भर दिवसा, तुम्हाला तो विद्रूप आकार, ते घाणेरडे रूप, ती किळसवाणी आकृती दिसली. कोणत्याही स्पष्टीकरणाने पुसून टाकता न येणारी - प्रत्यक्ष. तर मग तुम्हाला काय वाटेल ?

एका भल्या सकाळी निरभ्र आकाशात तो प्रचंड डोळा अवतरला होता. अफवांचा प्रश्नच नव्हता. वर पाहायचे आणि खात्री करून घ्यायची. तीनशेवीस कोटी लोकांना (जगातील प्रत्येक कानाकोपऱ्यातून तो दिसला होता.) भ्रम झाला आहे, असे म्हणणारेही काही लोक निघाले. (त्यांचे ऐकायलाही कोणाला वेळ नव्हता.) आकाशातली ती वस्तू इतकी प्रचंड, सर्वव्यापी, अवाढव्य होती की, बाकीचे सारे (सूर्यसुद्धा) फिके पडावे. सर्व जगातल्या, सर्व भाषांतल्या रेडिओंवर

ही बातमी आलीच. त्या प्रचंड डोळ्याची नजर प्रत्येकावर खिळली असल्यासारखी वाटे. कापऱ्या आवाजात (रेडिओवर) आणि कापऱ्या अक्षरात (वर्तमानपत्रात) त्या एकाच डोळ्यावर कोट्याही झाल्या. 'शंकराचा तिसरा नेत्र', 'सर्वसाक्षी ईश्वर' आणि इतर अनेक चांगल्या आणि वाईट.

बुबुळाचा रंग भुरकट घारा होता. कॉर्नियाचा भाग काही अगदी सफेद पांढरा नव्हता. काही नेत्रशास्त्रज्ञांनी तासातासांच्या प्रदीर्घ निरीक्षणानंतर जाहीर केले की, 'पौर्वात्य जातीच्या लोकांच्या डोळ्यांशी या डोळ्याचे फारच साम्य आहे.'- दक्षिण आफ्रिकेतील शास्त्रज्ञांनी या विधानाला हरकत घेतली. देशोदेशी येशू ख्रिस्त, महंमद पैगंबर, भगवान बुद्ध, श्रीकृष्ण, झरतुष्ट्र इत्यादींच्या डोळ्यांचा रंग कसा होता, यावर चर्चेची वावटळ उठली.

माझ्यापुरता व्यक्तिगत विचार केला, तर मला असे वाटत होते की, या डोळ्यातली नजर आपल्या ओळखीची आहे. (इतरही बऱ्याच लोकांना हीच जाणीव झाली होती, असे वर्तमानपत्रातल्या 'वाचकांच्या पत्रां'वरून दिसते.) इतक्या जवळून चोवीस तास आपल्यावर कोणाची तरी सारखी नजर आहे, या विचाराने मी बेचैन झालो. (प्रेमिकांच्या चाळ्यांचे आणि भुरट्या चोऱ्यांचे प्रमाण एका दिवसात विलक्षण घटले होते असेही म्हणतात.) काही जणांना विलक्षण किळस आली - मला तसे काहीच वाटले नाही. हा प्रकारच किळस, राग, ओळख, लोभ याच्या पलीकडचा होता. मला वाटले, किळस ढेकणाची येईल, पालीची येईल, फार तर उंदराची येईल; पण एखाद्या तीनशे-चारशे टनी देवमाशाची कशी किळस येईल?

सततोद्योगी प्राणिशास्त्रज्ञांनी आणखी एक (निरीक्षणानंतरचा) निर्णय दिला. हा डोळा जिवंत आहे. (रेटीनावरच्या धमन्यातली सूक्ष्म बदलती छटा इ.इ.वरून)

हा मात्र सर्वांना अनपेक्षित धक्का होता. एक डोळा जर एवढा असेल, तर शरीर केवढे असेल? (खरोखरच हा विचार आधीच करायला हवा होता.) हा प्राणी खरोखरीच जिवंत असेल, तर तो आपल्या पृथ्वीचा मित्र आहे, की शत्रू आहे? आणि शत्रू असला तर-? तर मग-?

तीस वर्षांत जी गोष्ट अशक्य ठरली होती, ती त्या अवाढव्य डोळ्याच्या एका नजरेसरशी झाली. अमेरिका आणि रशिया यांचे एकमत झाले. या तत्त्वावर आणि तपशिलावरसुद्धा!

या आकाशस्थ अक्षाचा नाश करावयास पाहिजे. त्या डोळ्याची पृथ्वीपासून प्रत्यक्ष उंची मोजण्यात आली. ती आठशेदहा किलोमीटर्स होती. (एक साइड लाइट. डोळ्याने व्यापलेली जागा १,७०,००० चौरस किलोमीटर होती. या मापाने सर्व वस्तूंचा अर्थच नाहीसा होतो.)

दोन्ही देशांच्या अध्यक्षांची प्रत्यक्ष भेट झाली तेव्हा समजले की, इतक्या उंचीवर सुमारे पन्नास मेगॅटन स्फोटक शक्तीचे हॅड्रोजन बाँब घेऊन जाणारी रॉकेट्स् दोघांजवळ तयार होती. (या माहितीबद्दल दोघानींही प्रसंगानुरूप आश्चर्य व्यक्त केले.) एक रॉकेट लेनिन बेसवरून, दुसरे रॉकेट केपकेनेडी बेसवरून व तिसरे रॉकेट (इंधन रशियाचे व बाँब अमेरिकेचा) ग्रीनलँडमधून पाठवावयाचा बेत ठरला व जाहीर झाला. (आंतरराष्ट्रीय जीवदया मंडळाने या ठरावाला विरोध जाहीर केला आणि सभासद स्वसंरक्षणासाठी भूमिगत झाले.)

ठरलेल्या वेळी क्षेपणास्त्रांनी गगनात भरारी घेतली. एकाच वेळी त्या तिन्ही बाँबचे स्फोट झाले आणि आकाशातला डोळा एकदम नाहीसा झाला. सर्वांनी हा चित्तथरारक प्रसंग सिनेमाफिल्ममध्ये पहिलाच आहे तेव्हा त्यावर व नंतरच्या विजयोत्सवावर जास्त काही न लिहिणेच बरे.

पण आपले सर्वांचेच समाधान अल्पायुषी ठरले. कारण पहिला डोळा नाहीसा होऊन अडीच-तीन महिने उलटतात न उलटतात, तोच पुन्हा एकदा आकाशात एक डोळा तरंगायला लागला. अगदी सर्वसामान्य माणसालासुद्धा पहिल्या दृष्टिक्षेपातच लक्षात आले, की हा मागचा डोळा पुन्हा आलेला नाही. वेगळाच आहे. आकाराने तसलाच अवाढव्य पण ठेवणीने, रंगाने निराळा. या वेळच्या नजरेत एक जरासा आश्चर्याचा भाव असल्याची शंका येत होती. या वेळची आपली प्रतिक्रिया झटपट झाली. नशिबाने लेनिन तळ, केनेडी तळ आणि ग्रीनलँड तळ येथील क्षेपणास्त्रे फेकण्याची यंत्रणा अजून तशीच होती. ती उतरवण्यात आली नव्हती. आकाशात डोळा दिसायला लागल्यापासून सुमारे सत्तर तासांत त्याच्या दिशेने रॉकेटस् फेकली गेली.

आणि तोही आकाशस्थ अक्ष झटक्यात नाहीसा झाला. या वेळी मात्र पूर्वीसारखा समाधानाचा सुस्कारा कोणी सोडला नाही. आता या गोष्टीला तीन महिने उलटून गेले आहेत; पण प्रत्येकजण सकाळी उठला, की आधी वर एक नजर टाकतो आणि आकाश मोकळे आहे असे पाहताच एक लहानसा नि:श्वास

सोडून आपल्या उद्योगाला लागतो.

आता तुम्ही म्हणाल, यात मला एकट्याला एवढे भिण्यासारखे काय आहे? आकाशात भयंकर डोळे तरंगत असताना अनेकांवर अनेक प्रकारच्या प्रतिक्रिया झालेल्या आहेत. कित्येकांची आयुष्ये पार मुळापासून बदलली आहेत. कित्येकांचा जगावरचा विश्वास उडाला आहे, तर कित्येक लोक धार्मिक प्रवृत्तीचे बनलेले आहेत. त्यात एवढे काय मोठे? असे उत्पाती फेरबदल माणसांच्या मनातून नेहमीच घडत असतात–

पण हा बदल माझ्यात झाला. एका रात्री अचानकपणे झाला. माझ्याभोवती अज्ञानाचा अंधार होता, तो एकाकी उजळून निघाला आणि समोर बसलेला भविष्याचा अक्राळविक्राळ आकार दिसला. आसपास वावरणाऱ्या विद्रूप आकारांची आपल्याला जाणीव नसते आणि आपण बेदरकारपणे वावरत असतो; पण ते आकार एकदा दिसू द्यात म्हणजे मग पाहा कशी बोबडी वळते!

स्फोटाची वात पेटवली गेली एका कवितेने. आकाशात दिसलेले हे दोन डोळे म्हणजे कवींना एक पर्वणीच होती. इतके दिवस ते बिचारे आपल्या मनातलेच भयंकर आकार रंगवण्याचा प्रयत्न करीत होते आणि लोकांच्या शिव्या खात होते, पण आता विलक्षण, चमत्कृतिजन्य घटना सर्वांच्या समोर घडली होती. ती निर्विवाद होती. आता त्या घटनेला श्लेषात्मक, संकेतात्मक रूप द्यायला कवींना रान मोकळे सापडले होते. अशाच एका अज्ञात कवीची 'Fire in your eye!' ही कविता माझ्या वाचण्यात आली ती बहुतेकांनी वाचलीच असेल, सुरुवात अशी होती–

Fire in your eye!
A lonely mind in a dark space
No sun, No moon, of stars no trace,
Thinks while thinking creates,
Storms in the voids of Aether.

याच अ-अ-इ-उ च्या ठेक्यावर पुढच्या बऱ्याच कडव्यांतून त्याने सृष्टीची उत्पत्ती व मनुष्यप्राण्याचे आगमन यांचे वर्णन केले आहे. मग निर्माता निर्माण केलेल्या सृष्टीला अथांग काळसागरात सोडून देतो. त्याची अशी इच्छा असते की, मानवाने आपल्या Free will ने स्वतःचे भवितव्य ठरवावे आणि आशा असते, की तो ते उज्ज्वल करील.

लाखो वर्षांनंतर निर्माता पुन्हा एकदा आपल्या पुत्राची गाठ घ्यायला येतो. कौतुकाने, आशेने, प्रेमाने. ती प्रलयंकारी भेट शेवटी अशी वर्णन केली आहे :

The mind, the wish, the Creator's hand,
Holds in tender hollow all nature grand,
Once-in-a-million-years to meet,
Just to say, "How-de-do, my boy!"
(The Son).
One in silk, a million a tatters,
Rotten to the core, divided on all that matters,
With unparalleled love and affection,
He says it with sparks,
To this Vision in the vault, this sight in the sky,
"Hello!" he syas, "Hello! Here's Fire in your eye!

ही रद्दी कविता दिवसभर माझ्या मनात घोळत होती, रात्रीही तिने माझा पिच्छा सोडला नाही. रात्री जरा निवांतपणा मिळाला तेव्हा त्या कवितेत रंगवलेला प्रसंग साद्यंतपणे माझ्या डोळ्यांसमोर उभा राहिला. एक अतिप्रचंड, विशाल आकृती हाताच्या तळव्यात सारे विश्व घेऊन उभी आहे आणि चेहरा नजीक नेऊन त्या विश्वगोलात पाहण्याचा प्रयत्न करीत आहे...

आणि माझ्या मनात स्फोट झाला. मेंदूच्या चिंधड्या चिंधड्या उडाल्या.

मी काहीतरी वेडावाकडा किंचाळत धडपडत उठून बसलो. खरोखर तो विचार सहनशक्तीच्या पलीकडचा होता. जगन्नाथ! माझ्या डोळ्यांसमोर एकच नाव यात होते. जगन्नाथ ! त्याला फोन करावयास हवा – आताच्या आता –

पण डोके गरगरत होते. डोळ्यांपुढे अंधारी येत होती. हातपाय कापत होते. पोटात भीतीने गोळा उभा राहिला होता. शरीरातले त्राणच गेले होते.

कॉटचा, खिडकीचा, भिंतीचा आधार घेत घेत मी कसातरी फोनजवळ पोहोचलो. डोळ्यांसमोर फोनच्या डायलवरचे आकडे गरगरत होते. दोनतीन प्रयत्नांनंतर मी कसातरी त्याचा नंबर फिरवला. भिंतीच्या आधाराने मी कसातरी उभा होतो.

''हलो?'' जगन्नाथचा आवाज आला. नेहमीसारखाच. चिरचिरा.

''जगन्नाथ? मी सदानंद बोलतोय्–जगन्नाथ.''

‘‘काय रे? इतक्या अपरात्री?’’

‘‘आता कसली रात्र अन् दिवस? मी आताच विचार करीत पडलो होतो.’’

‘‘मग?’’

‘‘ते दोन डोळे दिसले होते. त्यांवर रॉकेटस् मारली गेली होती - त्यावर

‘‘पुढे सांग ना! ते मलाही माहीत आहे.’’

‘‘जगन्नाथ! त्या दिवशी आपण तुझ्या खोलीत- ’’

‘‘अर्थात! तुझ्या लक्षात अजून नव्हते का आले?’’

‘‘माय गॉड ! ओ माय गॉड! म्हणजे पुढचे सगळे -’’

‘‘ऑफ कोर्स! मी तुला वेळ - तारीखसुद्धा सांगू शकेन -’’

‘‘जग्या!’’

‘‘का रे? तो एक प्रयोग होता - ’’

‘‘ओ यू बॅस्टर्ड ! यू गॉडॅम बॅस्टर्ड !’’

‘‘सदानंद, अजून आठ महिने आहेत -’’

‘‘यू ट्रिपल डॅम्ड् फूल !’’

त्याने फोन बंद केला. मला त्याचा इतका विलक्षण संताप आला होता, की वाटले त्याचे नरडे आवळावे; पण त्याचाही काही उपयोग नव्हता. होणारी गोष्ट ठरून गेली होती. सुटका नव्हती.

दुसऱ्या दिवशी मी त्याच्या पत्त्यावर गेलो; पण तो घरी नव्हता. त्यानंतर तो मला भेटलेलाच नाही. ज्यांची इच्छा असेल त्यांच्यासाठी त्याचे वर्णन देतो - उंची सुमारे साडेपाच फूट, वय अदमासे बत्तीस वर्षे. सफेद गोरा वर्ण, डोळ्यांना जाड भिंगाचा चष्मा. डोक्याला टक्कल. उजव्या पायाने अधू.

जगन्नाथ माझा वर्गमित्र आहे. त्याच्या हुशारीबद्दल शंका नव्हती. अगदी त्या वेळीसुद्धा. वर्गात सरांचे आपल्याकडे जास्तीत जास्त दुर्लक्ष कसे होईल इकडे आमचे लक्ष असायचे. आणि हा जगन्नाथ - आपण होऊन सरांना नाना तऱ्हेच्या शंका-कुशंका विचारायचा. मी त्याच्या शेजारी बसत असे आणि त्याच्या या एका दुर्गुणाने फार हैराण होत असे. सरांचे लक्ष त्याच्याकडे गेले की, त्या वर्तुळात आम्हीही सापडायचो आणि जगन्नाथचे समाधान करता आले नाही, तर सर मला साधे साधे प्रश्न विचारून व माझ्या अज्ञानाची भरपूर जाहिरात करून स्वत:चा गेलेला स्वाभिमान जरा परत मिळवायचे.

त्याच्या अनेक शंकांपैकी एकच मला समजली आणि सर निरुत्तर झाल्यामुळे लक्षात राहिली, ती देतो. रंगीत काचा कशा बनवतात, हा विषय चालला असताना निळ्या काचांसाठी कॉपर सल्फेट वापरतात असे सरांनी सांगितले होते. पुढे रसायन विषयात कॉपर आणि त्याचे सॉल्टस् हा विषय आला आणि कॉपर सल्फेटची एक प्रॉपर्टी म्हणून सरांनी सांगितले, की ११२अंश सेंटीग्रेडपर्यंत ते तापवले असता त्याचे पांढरे अनूहायड्रस सॉल्ट बनते. बनेना बिचारे ! आम्ही काही त्याच्या वाटेस जाणाऱ्यांपैकी नव्हतो -

पण जगन्नाथ उभा राहिला होता, "सर, काच बनवताना तापमान १७०० असते ना? मग कॉपर सल्फेटने निळी काच कशी तयार होईल? ११२अंश वरच ते पांढरे होणार नाही का?" जरा वेळ विचार करून सरांनी त्याला सुटीत खोलीत बोलावले. त्यापुढे त्यांनी त्याची समजूत कशी काय काढली याच्याशी माझा संबंध नाही. त्याचा स्वभाव ध्यानात येण्यासाठी एवढे सांगितले.

असा हा जगन्नाथ होता.

पुढे तो प्रसिद्धीस येणार हे ठरलेलेच होते. सर्वांच्या अपेक्षेपेक्षाही त्याने जास्त नावलौकिक कमावला. नशिबाने त्याची-माझी मैत्री कायम टिकून राहिली. आठपंधरा दिवसांत माझी त्याच्याकडे चक्कर झाली नाही, तर त्याचे बोलावणे येई. माझे शिक्षण संपले आणि सर्व विषयांशी माझा संबंध पार तुटला. तेव्हा माझ्या सहवासात त्याला बौद्धिक आनंद मिळण्याची तर अजिबात शक्यता नव्हती. याबाबत मी एकदोनदा त्याला छेडलेही; पण तो एवढेच म्हणाला, "सदानंद. मी तुला काहीही सांगितले, तरी तू त्यावर काहीही शंका काढीत नाहीस, तुझी स्वत:ची कोणतीही थिअरी धोक्यात येत नसल्याने तुला काहीही प्रेज्युडिस नाही; अँड आय लाइक युवर कंपनी - मग काय म्हणणे आहे?" अर्थात यावर बोलण्यासारखे काहीच नव्हते.

त्याच्या मैत्रीचा मला अभिमानही वाटत होता. कारण समाजात त्याला आता चांगलीच प्रतिष्ठा आली होती. यात मी सर्वथा स्वार्थीपणा करीत होतो अशातला भाग नाही. कारण त्याच्या मैत्रीने माझा प्रत्यक्ष असा काहीच फायदा झाला नाही; पण 'परावर्तित प्रसिद्धी' असा एक प्रकार आहेच ना !

त्याची बुद्धी सर्वंकष होती. कोणत्या एका शास्त्राला त्याने स्वत:च जखडून घेतलेले नव्हते. बसल्या बसल्या मला आठवते, की प्रकाशशास्त्र, रेडिओलहरी, पानांची वाढ, गणितातली काही समीकरणे या सर्व विषयांवरचे त्याचे लेख

विद्वन्मान्य ठरले होते. मी एकदा त्याला विचारलेसुद्धा होते,

‘‘जगन्नाथ, इतक्या विविध विषयांत तुझे होके कसे काय चालते रे?’’

‘‘हे माझे वेगवेगळे शोध ना? अरे, मी संशोधनाचेसुद्धा संशोधन केलेले आहे. त्यात सेरेंडिपिटीचा भाग बराच आहे. कल्पनेचे अवचित आगमन किंवा रँडम् सजेशन किंवा कार्यकारणभावविरहित विचार असे म्हण हवे तर - एखादा विषय निवडायचा, त्यातले बरेचसे नवीन, वादग्रस्त असे वाचायचे आणि मनाला स्वैर सोडायचे-’’

मला ते काही कळले नाही आणि मी तो नादही सोडून दिला.

त्या रात्री कविता वाचल्यावर विचारांचा जो उद्रेक झाला त्यातूनच त्या एका दिवसाची जळजळीत आठवण मनाला जाळीत समोर उभी राहिली; पण तो दिवस म्हणजे काही सुरुवात नव्हती. एका भयानक शृंखलेची ती समाप्ती होती. फक्त त्या वेळी ते मला समजले नव्हते. आता समजले आहे !

एका मोकळ्या संध्याकाळी मी जगन्नाथकडे गेलो. स्वारी स्वत:शी कसला तरी गाढ विचार करीत, अर्थशून्य नजर आकाशावर लावून बसली होती.

‘‘ये रे सदानंदा - बैस -’’ तो एवढे म्हणाला नि मला विसरून गेला.

पाच एक मिनिटे त्याच्या बोलण्याची वाट पाहून मग मी उठत म्हणालो,

‘‘जगन्नाथ, तुझ्या विचारात जर अडथळा येत असला, तर मी आपला जातो बाबा. आम्ही रिकामटेकडे लोक आहोत - तुझा वेळ मौल्यवान आहे.’’

‘‘नाही, नाही रे सदा !’’ तो भानावर येऊन म्हणाला. ‘‘गेले काही दिवस मी एका विषयावर विचार करीत आहे. एकदा त्यात गुंतले ना, की मग खरोखर विलक्षण कल्पना मनात येतात बघ - तुला सांगू का?’’

‘‘सांगायला काही हरकत नाही; पण कळेलच अशी गॅरंटी नाही -’’

‘‘टोपालॉजीवरचे काही लेख एवढ्यात माझ्या वाचण्यात आले. त्यावरूनच मला काही काही विचार सुचायला लागले आहेत. तुला कंटाळा येणार नसला तर सांगतो - केव्हाही म्हण की पुरे ! ठरलं? मग ऐक तर -’’

‘‘आपल्या या विश्वाची रचना कशी झालेली आहे? म्हणजे मी आता अणु-रेणू, शक्ती, कंपने यांचा विचार करीत नाही. केवळ घडणीच्या, बांधणीच्या, भूमितीच्या दृष्टीने करत आहे. त्या दृष्टीने विचार केला, तर सुरुवात ही ‘बिंदू’, ‘पॉइंट’ या कल्पनेपासून होते. पॉइंटला लांबी, रुंदी, उंची काही

नाही. फक्त स्थान आहे. अशा अनेक बिंदूंची एक रेषा होते. आदर्श रेषेला फक्त लांबी आहे, रुंदी– जाडी काही नाही. अशा अनेक समांतर रेषांचा एक पृष्ठभाग होतो – त्याला लांबी, रुंदी आहे – जाडी नाही. आणि अशा अनेक आदर्श पृष्ठभागांचा घन होतो. त्याला लांबी, रुंदी, जाडी आहे. येथपर्यंत ठीक आहे !''

''यांचे गुणधर्म काय आहेत? आता हे ध्यानात घे, की आपण एखादा पृष्ठभाग कल्पनेत आणतो तेव्हा त्याच्या द्रव्याशी आपल्याला कर्तव्य नसते. म्हणजे तो लाकडाचा आहे, की तांब्याचा आहे, की सोन्याचा आहे, याच्यावर त्याचे हे जॉमेट्रिक गुणधर्म अवलंबून नसतात. ते ॲब्स्ट्रॅक्ट असतात – समजलं?

माझ्याकडे निरखून पाहत जगन्नाथ म्हणाला,

''सदानंद, तुला हे अगदी पोरकट वाटते आहे ना? मग तसे नाही. तुला एक उदाहरण देतो आणि काल्पनिकही नाही. प्रत्यक्ष दाखविण्यासारखे.''

टेबलावरचे कागद उलथेपालथे करून, ड्रॉवर धुंडाळून त्याने एक कागद काढला. त्याचा रंग एका बाजूस लाल व दुसरीकडे पांढरा होता. कात्रीने त्याने एक इंचभर रुंदीची एक पट्टी कापली व माझ्यासमोर टेबलावर ठेवली.

''ही पट्टी अगदी साधी दिसते ना? आता पाहा.'' गोंदाचा एक ठिपका एका बाजूवर ठेवू त्याने दोन टोके चिकटवली; पण उलटी. म्हणजे असे की लाल बाजू पांढऱ्या बाजूला चिकटवली. ते चमत्कारिक कडे समोर धरून तो म्हणाला,

''पाहा – आपण हा सरफेस असा डिस्टॉर्ट केला आहे. कोणत्याही ठिकाणी त्याच्या प्रॉपर्टीज सरफेसच्याच आहेत; पण त्याला आता इतरही गुणधर्म आले आहेत. पांढऱ्या रंगावरचा हा ठिपका – हा जर प्रवास करीत गेला तर काही वेळाने तो पांढऱ्या रंगात येईल. दिशा न बदलता ! येथे जर एक उभा बाण काढला, तर तो तांबड्या रंगात उलटा येईल – कोन न बदलता ! ब्लेडने ही पट्टी मधोमध कापली, तर काय होईल? तिचे दोन तुकडे होत नाहीत ! दुप्पट लांबीची आणखी एक तशीच पट्टी तयार होते ! या पट्टीला 'मोबीयस स्ट्रिप' म्हणतात.''

प्रत्येक गोष्ट तो करून दाखवीत होता. समोर प्रत्यक्षच घडत होते.

''हा जादूटोणा नाही, सदानंद. या पृष्ठभागासाठी गणिताची समीकरणे आहेत. घनपदार्थातही असे काही विलक्षण आकार आहेत– उदाहरणार्थ 'क्लाइन

बॉटल' या नावाची एक गमतीदार बाटली आहे. त्यात अनपेक्षित गुणधर्म असतात. आता मजजवळ नाही. नाहीतर तेही दाखवले असते-''

''सदानंद, मी तुला मागेच सांगितले आहे - मनात विचार कोठून नि कसा येतो ते मलाही सांगता येणार नाही. एका रात्री अचानकपणे माझ्या मनात एन्व्हलप्स् आणि इन्व्हर्जनचा विचार आला. थांब हं - बघतो सापडतो का-''

पुन्हा शोधाशोध - आणि जगन्नाथने एक साधा रबरी फुगा काढला. एवढेच नाही तर तो गंभीरपणे फुगवला, तोंडाला दोरी बांधली व टेबलावर ठेवला; पण हसण्याचा किंवा थट्टेचा विचारही माझ्या मनात आला नाही.

''सदानंद, या रबराचा विचार कर. ते एक एन्व्हलप आहे. आतील हवेवर ते एक आच्छादन आहे. त्याशिवाय त्याचा आणखी एक महत्त्वाचा गुणधर्म आहे. कोणता? सबंध विश्वाचे ते दोन भाग करते. एक फुग्याच्या आतला आणि एक बाहेरचा. आकाराचा विचार करू नकोस. फुग्याच्या आतला आणि फुग्याच्या बाहेरचा - एवढ्या शब्दांत त्यांचे संपूर्ण वर्णन होते. हे पटते ना तुला?''

ते इतके सोपे होते, की मी 'नाही' कसा म्हणणार? 'हो' म्हणालो.

''याच सरफेसच्या इन्व्हर्जनचा मी विचार करीत होतो. इन्व्हर्जन ही एक गणितातली प्रोसेस आहे. खुणा बदलायच्या वगैरे. काही वेळी इमॅजिनरी उत्तरे येतात. म्हणजे ती अशक्य असतात. ते असू दे. घटकाभर असे समज, की आपल्याला हे इन्व्हर्जन जमले - तर काय होईल?''

मी खरोखरच विचार केला आणि एक विलक्षण चित्र समोर आले -

''जगन्नाथ, म्हणजे त्या फुग्यात बाहेरचे सर्व विश्व आणि आतली हवा तेवढी बाहेर - असा काहीतरी प्रकार होईल असे तुला म्हणायचे आहे?''

''करेक्ट ! तीच कल्पना आहे-''

''पण - पण - आकार -''

''नो ! त्याच्याशी आपल्याला कर्तव्य नाही. आपण फक्त एन्व्हलपचा आणि पार्टिशनचा विचार करीत आहोत- यस् ! तसेच काहीतरी होईल-''

मी सांगतो, मला ती कल्पना काही केल्या सहन होईना - या जगन्नाथच्या कल्पना म्हणजे खरोखर वैताग ! माझ्या चेहऱ्याकडे पाहून जगन्नाथ हसला -

''सदानंद, तू किती नर्व्हस झाला आहेस ! अरे, ही कागदावरची आकडेमोड ! गणिती लोकांचा हा उपद्व्याप नेहमी चाललेला असतो !''

"लेकांनो, अॅटमबॉंब आणि हॅड्रोजनबॉंब असेच समीकरणांनी आधी कागदावर मांडले गेले होते ना?" न राहून मी विचारले.

"वेल ! वेल ! सदानंद दि मोरॅलिस्ट ! नवल आहे !" हसणे थांबवून जगन्नाथ म्हणाला, "डोंट वरी – मी आकडेमोड केली आहे; पण त्यातून काही निष्पन्न होणार नाही असे दिसते – एक 'टी' काही जात नाही –"

हा 'टी' काय आणि का जात नाही हे विचारण्याच्या भरीस मी पडलो नाही. झाली एवढी डोकेदुखी बस होती. तो आणि त्याची इन्व्हर्जन्स !

जगन्नाथच्या त्या भेटीचा धसका माझ्या मनाने दोनतीन दिवस घेतला होता. रात्री स्वप्नेही पडली होती. माणसाची ही धारदार बुद्धी म्हणजे एक दुधारी शस्त्र आहे असे मला वाटले. खरोखर रोजचे सुखाचे आयुष्य सोडून या लेकाच्यांना या नसत्या उठाठेवी हव्यात कशाला? मला वाटे–

पण मग तीनचार दिवसांनी मन ताळ्यावर आले. भलत्याच गोष्टीला आपण प्रमाणाबाहेर महत्त्व देत होतो, असे वाटायला लागले आणि मी ती भेट, ते वेगळेच संभाषण आणि ती पट्टी आणि ती फुगा, सारे काही विसरून गेलो.

पण दोन महिन्यांत जगन्नाथकडे फिरकलो मात्र नाही!

रात्री साडेदहाला माझा फोन खणखणला. इतक्या आडवेळी कोण बरे? असा विचार करीत मी फोन उचलला – फोनवरच्या माणसाने बोलायलाही सुरुवात केली होती – मला आधी आवाज ओळखू येईना.

"हॅलो! हॅलो!"

"कोण आहे?" मी जरा त्रासिकपणेच विचारले.

"सदा! मी जगन्नाथ आहे." त्याचा आवाज इतका बदलला होता. आणि त्याला सलगपणे चार शब्दही बोलता येत नव्हते. तो विलक्षण एक्साइट झाला होता.

"कायरे जगन्नाथ? आताच्या वेळी काय काढलेस बुवा?"

"सदा! माझ्याकडे ये! आताच्या आता!"

"आता? अकरा वाजता?"

"येस्! मला थांबवत नाही! ते इक्वेशन सुटले आहे!"

"कसले इक्वेशन?"

"अरे इक्वेशनचे रे! तुला सांगत नव्हतो का त्या दिवशी!"

“ओ आय सी!” त्याचा तो ‘टी’!

“येतोस ना? मी तुझ्यासाठी थांबलोय!”

“ऑल राइट-येतो.”

मी रिसीव्हर खाली ठेवला. त्याने इक्वेशनचे नाव काढताच मला ती भेट आठवली होती. पुन्हा एकदा अस्वस्थ वाटायला लागले होते. याने इक्वेशन सोडवले आहे म्हणजे काय? त्याच्या आवाजातली ती भावनाविवशता मला सारखी आठवत होती. त्याच्या अपेक्षेपेक्षा त्याच्या हातात काही तरी जास्त आले होते. शब्द तर दिला होता - इच्छा नसूनही जाणे भाग होते-

मी त्याच्याकडे गेलो. वरच्या खोलीत दिवा जळत होता. मी सरळ वर गेलो. खोलीचे दार उघडे होते. आत जगन्नाथ येरझारा मारीत होता. त्याने हात पाठीशी गच्च आवळून धरले होते. त्याच्या उजव्या, अधू पायाचा त्याला क्षणभर विसर पडला होता. तो इतका सपाट्याने मागेपुढे होत होता की वाटावे, त्याला खोली अपुरी पडत आहे. शेवटी तो थांबला व त्याचे माझ्याकडे लक्ष गेले. तो जवळजवळ धावतच पुढे आला व दोन्ही हातांनी माझा हात धरीत म्हणाला,

“ये ये सदानंद! तू केव्हा येशीलसे झाले होते मला.”

त्याच्या आड चष्म्यामागे डोळे एका विलक्षण चकाकीने उजळल्यासारखे झाले होते. त्याच्या शरीराचा कंप हस्तस्पर्शातूनही मला जाणवत होता. त्याची ही सगळीच एक्साइटेड अवस्था मला आवडली नाही; पण त्याचे माझ्याकडे कोठे लक्ष होते? तो मला ओढत भिंतीजवळच्या फळ्याकडे घेऊन गेला.

फळ्यावर मला संपूर्ण दुर्बोध अशी समीकरणांची रांगच्या रांग होती. मला आता त्यातले वु, वू, वू, वीं आणि लाल रंगातला हे तेवढे आठवले; पण जगन्नाथ बोलायला लागला होता.

“इन्व्हर्जनचे आणि कोऑर्डिनेटचे गणित तुला सांगत बसत नाही, सदानंद. तुला त्यात गोडी नाही आणि तुला ते कळणारही नाही. मुख्य प्रश्न ओरिजिन बदलण्याचा आहे. ु, ॄ ू सर्व बदलल्यावर रेफरन्स कशाचा घ्यायचा? ‘टी’ कॅन्सल होईना, समीकरणातच शिरला हे मी मागे सांगितलेच आहे. फावल्या वेळात यावर मी सारखा विचार करीत होतो. मला वाटत होते माझी पद्धतच चुकली.”

''पण तसे नव्हते. एका रात्री मला अचानक कल्पना आली आणि वाटले, समजा या 'टी'ला काही खरा अर्थ असला तर? सदानंद, रात्री मी तसाच उठलो आणि खडू घेऊन कामाला लागलो. नव्या उमेदीने. अर्थात ते एकदोन बैठकीत होणारे काम नव्हते. पण शेवटी ते सुटले. द जर पॉझिटिव्ह असेल तर ढ ही पॉझिटिव्ह येत होता. एक्स पॉझिटिव्ह याचा अर्थ आपले जग; एक्स निगेटिव्ह म्हणजे इन्व्हर्ट झालेले जग; पण टी पॉझिटिव्ह म्हणजे काय? ढ म्हणजे टाईम-काळ. पॉझिटिव्ह म्हणजे पुढचा. भविष्यकाल. आणि मग उत्तराचा खरा अर्थ माझ्या लक्षात आला. तुम्ही आपल्या जगातून सुरुवात केली, क्रिया पूर्ण झाली की त्यात पॉझिटिव्ह टी येतो; म्हणजे उलटविण्याची क्रिया होते; पण ती समकालीन नसते; पुढच्या काळातली असते. तुझ्या लक्ष्यात आले का?''

''नाही आणि पुन्हा स्पष्ट करीत बसू नकोस-'' मी स्पष्टपणे म्हणालो.

''ओ.के. जशी तुझी इच्छा. आणि मी रागवत नाही याचं आणखी एक कारण आहे. तुला आता ते प्रत्यक्षच दाखवणार आहे-''

''हे-हे-इन्व्हर्जन? प्रत्यक्ष?'' मी जरा सावरून बसत विचारले.

''मग? त्यात काय मोठेसे आहे? सर्व पृष्ठभागांची समीकरणे माझ्या हाती आलेली होती. एक्सवर टी कसा अवलंबून असतो ते मला समजले होते. त्याला काही विचित्र नियम आहेत; पण ते जाऊ द्या, नाही का? ठीक आहे.''

एखाद्या जादूगारासारखा तो टेबलाजवळ उभा राहिला. टेबलावर लाल वस्त्राखाली काही तरी होते. ते कापड हलकेच उचलत तो म्हणाला,

''बघ.''

टेबलावर झगझगीत प्रकाश पडला होता. त्या प्रकाशात एक वस्तू चमकत होती. काही भाग प्लॅस्टिकचे असावेत, काही भाग स्टेनलेस स्टीलच असावेत, असे वाटत होते; पण त्या रेषांवर किंवा पृष्ठभागांवर किंवा आकारांवर नजर स्थिर होत नव्हती. एक भाग पाहता पाहता रूप बदलत होते, दुसऱ्यात मिसळून जात होते. फसवत होते.

''सदानंद, हा आकार दिसायला कसाही असला तरी मॅथॅमॅटिकली ते एक खरे इन्व्हलप आहे. त्याच्या सर्व गुणासुद्धा. जशी मी दाखवलेली मोबीयस स्ट्रिप ही खरोखरीची दोन परिमाणांची पट्टीच होती. इन्व्हर्जनसाठी हा आकार योग्य आहे. मला तो बनवून घ्यायला अतिशय परिश्रम पडले. पण आता खरी टेस्ट आहे.''

“म्हणजे-?” मी आश्चर्याने विचारले.

“मी आता हा उलटवणार आहे. त्या दिवशी वर्णन केलेली क्रिया आता प्रत्यक्षात घडेल.”

“म्हणजे बाहेरचे आत आणि आतले बाहेर? त्या फुग्यासारखे?”

“अर्थात संपूर्ण नाही. आतल्या निगेटिव्ह सरफेसला काहीतरी कॉन्टक्ट हवा तेवढी एक खिडकी राहील; पण तिचाही उपयोग होईल पाहायला.”

मी मूढासारखा त्या चमकणाऱ्या आकाराकडे पाहतच राहिलो.

“तयार आहेस? करू? नीट पहा हं-” जगन्नाथ म्हणाला.

तो हलकेच पुढे झाला. त्या आकारातून एक पातळसर वायर बाहेर आली होती ती त्याने धरली आणि खेचली.

काय होणार याची मला काहीच कल्पना नव्हती. फटाका पेटवल्यावर आपण कसे अंग चोरून घेतो, तसा मी उभा राहिलो होतो.

स्फोट झाला नाही. प्रकाश उजळला नाही, काही झाले नाही.

पण तेही बरोबर नाही. निमिषार्धात काहीतरी अनाकलनीय असा बदल झाला. त्या आकारातल्या काही वक्ररेषा सरळ झाल्या. काही पृष्ठभाग पार वितळले. काही नवीन अस्तित्वात आले.

आता टेबलावर बऱ्याचशा बाजू असलेली पेटी होती.

जगन्नाथ अनिमिष नजरेने त्या पेटीकडे पाहत होता. पाहण्यासारखे असे काहीच न घडल्यामुळे मी जरासा रागावलो होतो. यासाठी का त्याने मला जवळ जवळ मध्यरात्री येथे आणले होते? मी जरासे उपहासाने विचारले,

“काय जगन्नाथ ! प्रयोग झाला की व्हायचाय?”

तो माझ्याकडे वळला. त्याच्या चेहऱ्यावर विलक्षण भाव होते. त्याच्याकडे एक नजर टाकताच माझ्या सर्व शंका फिटल्या. त्याने काहीतरी केले होते !

“सदानंद, माझा प्रयोग यशस्वी झाला आहे-”

“म्हणजे आता या पेटीत -”

“आता नाही ! आता नाही !” तो हात वर करीत म्हणाला. “सदानंद, तो पॉझिव्हि ‘टी’ विसरू नकोस. हे इन्व्हर्जन आहे; पण आताचे नाही. आपण आता भविष्यकाळात होणारी एक घटना पाहत आहोत-”

“सदानंद, जसे ‘इंटर्नल मोशन’ हे एक अशास्त्रीय मिथ् आहे, तसेच

'सेल्फ-इन्व्हर्जन'हेही आहे. माणूस पाय उचलून स्वत:ला उचलू शकत नाही. म्हणून ही प्लस 'टी'ची टाइमगॅप आहे-''

''मला साध्या शब्दांत सांग. भविष्यकाळात केव्हातरी एका लहानशा बंदिस्त आकारात सर्व विश्व आणि त्याबाहेर अत्यंत विरळ हवेचे कण असे घडणार आहे?''

''का नाही? आणि आताची तरी विश्वाची स्थिती काय आहे?''

''आताच्या विश्वाचे जाऊ दे ! त्या वेळच्या विश्वात हा बदल होईल- तो पृथ्वीवर जाणवणार नाही?''

''कसा जाणवेल? सर्व बदल सापेक्ष असतील. एखादे अवकाशयान प्रकाशाच्या गतीने जायला लागले, तर बाहेरच्या लोकांना ते आकुंचित झालेले दिसेल. त्या यानातली घड्याळे अतिसावकाश चालत आहेत असे दिसेल; पण हा बदल त्या यानातल्या प्रवाशांना जाणवणार नाही. जोपर्यंत त्यांचे विश्व त्यांच्यापुरतेच मर्यादित आहे तोवर काहीही जाणवणार नाही-''

एक क्षणभर माझा खरोखरच त्याच्यावर विश्वास बसला आणि मग या सर्व प्रकारची अशक्यता मला एकाएकी जाणवली. एका फळ्यावर केलेली काही आकडेमोड, एक वेडावाकडा आकार आणि आता एक वेडीवाकडी डबी – डबीतली हवा बाहेर आणि बाहेरचे अफाट विश्व आत !

मी मोठमोठ्याने हसायलो लागलो.

''जगन्नाथ ! तू अगदी वल्ली आहेस बघ ! लेका -''

आणि मी एकदम गप्प बसलो. त्याचा चेहरा पांढराफटक पडला होता.

''सदानंद, तुला साऱ्या थापा वाटतात अं?''

''जगन्नाथ, नो इन्सल्ट ! पण तू बघ -'' मी समजावणीच्या सुरात म्हणालो.

''काय बघू?'' तो खालच्या आवाजात म्हणाला - वाईट आवाजात.

''यावर माणसाचा विश्वास कसा बसेल?''

''तूच बघ ! सदानंद, प्रत्यक्ष डोळ्यांनीच बघ !''

''अं? बघ म्हणजे?'' मी गडबडून म्हणालो.

''त्या डबीत पाहा ना ! तुझ्या डोळ्यांनी पाहा.'' तो ओरडला.

मी एकदा त्याच्याकडे व एकदा त्या डबीकडे पाहिले. आता त्याच्या

मनासारखे घ्यायला हवे नाही तर तो आणखी भडकेल, असा विचार करून मी पुढे झालो आणि त्या डबीला एक लहानसे छिद्र होते त्याला एक डोळा लावला–

माझ्यासमोर तारांगण पसरले होते. तारे आणि तारे – असंख्य –

मला आजवर असे काहीही दिसले नव्हते. मला आजवर एवढा धक्का कधीही बसला नव्हता. मी दिङ्मूढ झालो, स्तंभित झालो, अवाक् झालो–

जगन्नाथ म्हणाला होता, त्यातले अक्षर न् अक्षर खरे होते.

त्या लहान डबीत सर्व विश्व सामावले होते – असंख्य तारे, असंख्य तारकाचक्रे – ज्वालाचक्रे –

आणि मी ते एका हाताने उचलू शकत होतो.

तारे, ताऱ्यांजवळचे ग्रह, त्या ग्रहांवरची प्राणिसृष्टी –

मी आश्चर्याने आत पाहत होतो.

आणि एकाएकी माझ्या डोळ्यात एखादे कुसळ गेल्यासारखी खूप आग झाली. मी डोळा काढून घेतला व चोळत उभा राहिलो.

"काय सदानंद? पटली का खात्री?" जगन्नाथ म्हणाला.

"यस् ! यस् ! जगन्नाथ, कमाल आहे ! तू पाहा ना–"

जगन्नाथ खाली वाकून त्या छिद्रातून पाहू लागला.

मला वाटले त्याच्या तोंडून एक आनंदाची आरोळी निघेल.

त्याच्या तोंडून आरोळी निघाली; पण आनंदाची नाही – वेदनेची.

डोळा जोरजोराने चोळत तो एकदम मागे सरला. त्याच्या डोळ्यातून घळाघळा पाणी वाहात होते. डोळा सुजून लाल झाला होता.

"बदमाश ! पाजी ! तुझाही डोळा चुरचुरला ना?" जगन्नाथ म्हणाला.

"हो, काहीतरी गेले असेल."

"नाही, नाही, आतल्याच कोणीतरी हे केले आहे. दाखवतोच साल्यांना. त्यांना कल्पना नाही, ते कोणाला डिवचताहेत त्याची."

आधीच जगन्नाथ तापट; आता तर आणखी भडकला होता. एका हाताने डोळा चोळीत, एका पायावर लंगडत तो खोलीभर काहीतरी शोधत होता. शेवटी त्याला हवे ते सापडले. स्पिरीटची बाटली. पाणवणाऱ्या डोळ्याकडे दुर्लक्ष करून त्याने एका काटकीला कापूस गुंडाळला, तो स्पिरीटमध्ये बुडवला, काडीने तो बोळा पेटवला आणि ती जळती काडी त्या छिद्रातून डबीत कोंबली –

पाचएक सेकंदाने त्याने ती काडी बाहेर काढली. ती विझली होती.

डबीतून बराच वेळपर्यंत काळसर धूर येत राहिला.

''आता समजेल बदमाशांना ! नमकहराम !''

तो धापा टाकीत म्हणाला, त्याचा राग अजून ओसरला नव्हता. आम्हा दोघांना सबंध रात्रभर एक मिनिटाचीही झोप लागली नाही. चुरचुरणारे डोळे !

सकाळी मी त्याचा निरोप घेऊन परत आलो. आमची मीटिंग एकप्रकारच्या अँटीक्लायमॅक्समध्ये संपली होती.

हे मी आता आठवत आहे.

आधी एक डोळा, मग दुसरा डोळा आणि मग–

शेवट ! प्रचंड ज्वाळांचा लोळ ! सर्वांच्या शक्तीबाहेरचा !

जगन्नाथचा पत्ता नाही !

आणि भेटून तरी काय उपयोग? तो काय करू शकणार आहे?

त्याने वेळेचा हिशेबही केलेला आहे.

आठ महिने – एखादा दिवस पुढेमागे.

नशीब एवढेच आहे, की कोणाला विचारालासुद्धा वेळ मिळणार नाही.

मला गणित, टोपॉलॉजी, इन्व्हर्जन यातले काही कळत नाही.

जे काही मी प्रत्यक्ष पाहिले, ते लिहिले आहे.

शक्याशक्यतेचा विचार शास्त्रज्ञांनी करावा.

त्यांना अजून आठ महिने आहेत.

ही गोष्ट प्रसिद्ध झाल्यावर मीही बेपत्ता होणार आहे.

माझा कशातही संबंध नव्हता. जर काही माहिती हवी असेल तर ती जगन्नाथकडूनच मिळेल. त्याचे वर्णन पुन्हा एकदा देतो.

मध्यम उंची, गोरापान वर्ण, डोक्याला टक्कल, डोळ्यांना जाड भिंगांचा चष्मा, एका पायाने अधू. मला वाटते तोही आता घाबरला असेल किंवा नसेलही. या अक्कलपंडितांचे काही सांगता येत नाही.

पण तो खरोखरीचा दुष्ट नाही. त्याच्याशी सहानुभूतीने वागा.

आठ महिन्यांत तुम्हा–आम्हाला सर्वांनाच जायचे आहे.

■

शेजारी

'आवाज' दैनिकाचे संपादक जयंतराव (मामा) नाईक नुकतेच आपल्या ऑफिसमध्ये येऊन बसले होते. 'आवाज'मधील बातम्यांवरून आणि त्यात येणाऱ्या संपादकीयांवरून नाईकांसंबंधी जर कोणी काही कल्पना बांधीत असेल, तर त्या साफ चुकीच्या ठरल्या असत्या. इतर वेळी रस्त्यावरून जाताना नाईक ही व्यक्ती अगदी सामान्य दिसे. मध्यम उंचीचा, नाकीडोळी नीटस, व्यवस्थित कपड्यातला, बेताबेताने चालणारा हा इसम रोज आपल्या संपादकीय कॉलमामधून कोणावर तरी आग पाखडत असेल, कोणाची ना कोणाची हूर्रेवडी उडवीत असेल, यावर कोणाचा विश्वास बसला नसता; पण ही गोष्ट सरळ होती. ''सर्वसामान्य जनते'साठी वर्तमानपत्र चालवून त्यांना आवडणाऱ्या व त्यांच्या आवाक्यातल्याच विषयांपुरते बंधन घालून नाईकांनी 'आवाज'चा आवाज खरोखरच उठवला होता. सतत आघाताने वाचकांची मनोभूमी काही विशिष्ट घाटात ठाकून ठोकून बसविण्याचे तंत्र त्यांना जमून गेले होते. जवळजवळ मोडकळीस आलेले वर्तमानपत्र विकत घेऊन त्यांनी त्याचा खप पाहता पाहता पन्नास हजारांवर नेला होता आणि तोही केवळ दीड-दोन महिन्यांच्या अवधीत ! नाईकांना पूर्वीपासून ओळखणारे लोकही त्यांच्या धडाडीने चकित झाले होते. ''अनेक शस्त्रांपैकी लेखणी हेही एक शस्त्र आहे-'' नाईकांचा स्वर गंभीर असे; पण त्यांच्या डोळ्यात एक वेगळीच चमक असे- ''आणि समाज घडविण्याचे एक साधनही आहे-''

ते ऑफिसात येऊन बसल्याला दहापंधरा मिनिटे होतात न हातात, तोच काचेचे पार्टिशन धाड्दिशी उघडले. त्यांनी जरा त्रासिकपणे वर पाहिले व मग त्यांच्याही चेहऱ्यावर स्वागताचे मंदहास्य उमटले. दारातून, श्रीनिवासन्, त्यांचा फिरता वार्ताहर, आत येत होता. नाईक थट्टेनं म्हणायचे, ‘‘एस् - हा श्रीनिवासन्, म्हणजे शहराच्या नाडीवरचे माझे बोट आहे. कोठे काही खुट्ट झाले, की हा एस् तेथे हजर आहेच म्हणून समजा-’’

‘‘काय एस? आज काय नवीन आणलेस?’’

आंबट चेहऱ्याने मान हलवीत एस् नाईकांच्या समोरच्या खुर्चीत बसला. टेबलावरच्या कार्टनमधली सिगारेट काढून त्याने ती पेटवली.

‘‘आज सगळीकडे थंड आहे साहेब - कुठेच खळबळ नाही. काही म्हणजे काही नाही-’’

‘‘वेल् ! एखादा दिवस रेस्ट घेतलीस, तर काही बिघडायचे नाही !’’

‘‘रेस्ट? साहेब, आताच मी कंटाळलो आहे ! करणार काय सारा दिवसभर? कल्पना करा - मी, एस्, स्टार रिपोर्टर, एका वेड्याशी बोलण्यात सारी सकाळ घालवली !’’ एस्ने परत मान हलविली.

‘‘चीअर अप एस् ! वेड्याचे तत्त्वज्ञान यावर एक कॉलमभर लिहून काढ !’’

‘‘साहेब, पण हा वेडासुद्धा अगदीच वेडा होता हो !’’ आणि मग त्यालाच आपल्या शब्दांचे हसू आले, ‘‘लोकांची मने बहकतात म्हणजे किती ! त्याला काही ताळच राहत नाही ! त्याचे वेड काय होते माहीत आहे का? तो म्हणतो, की तो पृथ्वीवरचा माणूसच नाही ! मंगळावरचा आहे ! माय गॉड् !’’

एस्चे नाईकांच्या चेहऱ्याकडे लक्ष नव्हते. खोलीत जरा वेळ शांतता पसरली व मग नाईक (जरा बिचकतच) म्हणाले -

‘‘मंगळावरचा अं? त्यात काही कॉपी निघण्यासारखी आहे का?’’

‘‘आवाज इतका खालावला आहे साहेब?’’

‘‘तसे नाही रे - पण सध्या हे उपग्रह, फिरत्या तबकड्या, रॉकेट हे सारखे येतच आहे. लोकांना कदाचित हेही आवडेल-’’

‘‘ते तुमचे तुम्ही पाहा. हवे असेल तर मी त्याला इथे आणतो !’’

‘‘त्याचा नाव, पत्ता तुला माहीत आहे ?’’

‘‘विसरू म्हटले तरी डोक्यातून पुसला जाणार नाही - सकाळी दोन तास

तेच तर ऐकत होतो - मग काय? आणू?''

''आण की !''

''पण मग मात्र माझा संबंध नाही हं ! त्या माहितीखाली 'एस्' घालायला मला शरम वाटेल-''

''ॲज यू वुइश्!''

सुमारे तासाभराने एस् परत आला. त्याच्याबरोबर आलेल्या एका साधारण पस्तीशीच्या वयाच्या माणसाला त्याने नाईकांच्या खोलीत पोहोचवले आणि तो घाईने खोलीतून निघून गेला.

''या-या-बसा-'' खुर्चीकडे बोट करीत नाईक म्हणाले. तो गृहस्थ दाराशीच जरासा घुटमळला व मग त्यांनी दाखवलेल्या खुर्चीत बसला. त्याच्या बसवण्यात आराम नव्हता, स्वास्थ्य नव्हते, तो खुर्चीच्या अगदी कडेवर बसला होता आणि सारखी चुळबुळ करीत होता.

''तुमचे नाव काय आहे?'' नाईकांनी अगदी साध्या आवाजात विचारले.

''कोणते सांगू? इथले-का-तिथले? मंगळावरचे?'' तो मनुष्य अडखळत बोलत होता; पण अतिशय गंभीरपणे बोलत होता. जरासे कुतुहलानेच नाईकांनी त्याचे निरीक्षण केले. डोळ्यांतली एक अनिश्चितपणाची, बावरेपणाची झाक सोडली, तर सर्वसामान्य माणसांहून तो कोणत्याही प्रकारे वेगळा दिसत नव्हता -अगदी ॲव्हरेज माणूस!

''असे करा-'' तितक्याच गंभीरपणे नाईक म्हणाले, ''आधी इथली माहिती सांगा, मग-मग-तिकडचे पाहू.''

तो डोळे बारीक करून नाईकांकडे पाहत होता.

''तुमचा माझ्यावर विश्वास बसलेला नाही!'' तो उसळून म्हणाला.

''तुम्हाला वाटते आहे, की मी वेडा आहे! भ्रमिष्ट आहे!''

नाईक मुद्दाम जरा कठोर आवाजात म्हणाले,

''आणि तुम्ही जर असे प्रत्येकाच्या अंगावर वसकन जायला लागलात, तर त्याची खात्री पटायला काही वेळ लागणार नाही! तेव्हा तुम्ही जरा दमाने घ्या - अशी डोक्यात राख घालून घेऊ नका! सावकाश सांगा.''

त्याच्या अंगात क्षणभर संचारलेले अवसान ओसरले आणि तो खुर्चीत कोसळला. त्याचा चेहरा एकदम थकल्यासारखा दिसायला लागला. डोळे

मिटून, कपाळावर हात चोळत तो शांत आवाजात म्हणाला,

''मी काय करू? मला काही समजत नाही! काय करू आता-''

''मला तुमची हकिगत तर सांगा आधी - मग पाहू-''

''माझे नाव - अं - वामन - वामन तारकुंडे. येथल्या एका फॅक्टरीत मी सुपरवायझरचे काम करीत असतो - म्हणजे पंधरा दिवसांपूर्वीपर्यंत करीत होतो- पण आता नाही-'' तो जरासा थांबला आणि स्वत:ला सावरून परत बोलू लागला. ''हे सांगताना माझा अतिशय घोटाळा होतो. गेल्या पंधरा दिवसांत मी ही हकिगत किती तरी जणांना सांगितली असेल; पण कोणी समजून घ्यायचा प्रयत्नच करीत नाही! आणि मग माझा भडका उडतो - की मग आणखी थट्टा.''

हातात डोके धरून तो काही वेळ गप्प बसला.

''तुम्हाला जसे जमले तसे सांगा, तारकुंडे-'' नाईक हलकेच म्हणाले.

'तारकुंडे' नाव ऐकताच त्याची मान झटक्याने वर आली.

''नाही-नाही - ते माझे खरे नाव नाही - माझा त्या नावावर काही अधिकार नाही-'' पण पुन्हा त्याच्या बोलण्याचा ओघ अडखळला आणि असहायपणे हात पसरून तो गप्प बसला-

''मी म्हणतो ते नाव माझे नाही; पण मग मला मागच्या साऱ्या आयुष्याची खडान्खडा कशी माहिती आहे? माझा जन्म कुठे झाला, शिक्षण कुठे झाले, किती झाले, घरची कोण कोण माणसे आहेत, मी नोकरी कोठे करतो, काय करतो, हे सारे मला कसे माहीत आहे? एवढेच नाही - मला ही भाषा तरी कशी समजते? कशी बोलता येते?''

''तुम्ही प्रत्यक्ष तारकुंडेच आहात हे एक कारण असू शकणार नाही का?'' किंचित हसत; पण समजावणीच्या आवाजात नाईक म्हणाले.

''नाही! या - या आठवणीत दोन भाग आहेत - एक पंधरा दिवसांपूर्वीचा, आणि दुसरा - नंतरचा. एका भागातल्या आठवणी मला एखाद्या अतिपरिचित, पूर्ण माहितीच्या कथेसारख्या वाटतात. त्यात मी स्वत: भाग घेतला होता असे वाटत नाही - तरीही त्या अर्थात खऱ्या आहेत. कारण त्यात माझा इतरांशीही संबंध आला आहे व त्यांनाही ते प्रसंग आठवतात; पण हा गेल्या पंधरा दिवसांतला भाग एकदम खरा, जिवंत वाटतो-''

''तुम्ही आपल्या परिस्थितीवर खूपच विचार केलेला दिसतो !''

‘‘का नाही करणार? मी मंगळावरचा रहिवासी असलो, तरी काही निर्बुद्ध नाही ! आम्हीही सुबुद्ध, विचारी, प्रगतिशील प्राणी आहोत ! परिस्थितीतला बदल मलाही जाणवतो. त्यावर विचार करता येतो. काय झाले आहे ते मला कळू शकते; पण त्यावर माझ्याजवळ इलाज मात्र नाही ! सुटका नाही !’’

‘‘मंगळावरचे अं?’’ तारकुंडेच्या एकदम बसलेल्या चेहऱ्याकडे पाहून नाईक घाईने म्हणाले, ‘‘मी अजून तुमच्या सांगण्यावर संशय घेतलेला नाही. मी तुम्हाला खोटे ठरविलेले नाही; पण तुम्हीच सांगा – एकदम एखाद्याला जर असे कोणी सांगितले, तर त्याला खरे वाटेल का? तो त्यावर एकताक्षणीच विश्वास ठेवील का?’’

‘‘तुमचे म्हणणेही खरे आहे; पण तुम्ही निदान मला बोलवण्याची तरी संधी देता आहात – समजावून घेण्याचा तरी प्रयत्न करता आहात. मी सांगतो. काय झाले, केव्हा झाले ते – विश्वास ठेवा अगर ठेवू नका–’’

‘‘आमच्या जगातली नावे मी वापरीत नाही. ती तुम्हाला चमत्कारिक वाटतील आणि काही अर्थबोधही होणार नाही. मंगळावरचे सर्व प्राणी जमिनीच्या पृष्ठभागाखाली राहतात. मी येथे आलो आणि माणसांच्या या दाटीदाटीने माझे डोकेच फिरून गेले ! आमच्याकडे वार्षिकोत्सवालाही एवढी माणसे जमणार नाहीत आणि तो सर्वांत महत्त्वाचा प्रसंग !’’

‘‘आमच्या एकेका चेलीत – अं वस्तीत – सुमारे शंभरजण असतात. उन्हाळ्याच्या – हा शब्द मला येथे आल्यावर अभिप्रेत झाला आहे. आमचे नाव वेगळेच आहे. तर मग उन्हाळ्याच्या आधी आम्ही सर्वजण उत्सवाच्या ठिकाणी जातो. सर्व जमात जमलेली असते. तेथे नव्या ओळखी होतात. नव्या जोड्या जमतात. नवे साथीदार – आमच्या त्या नात्याला मला येथे शब्दच सापडत नाही. नवे साथीदार घेऊन आम्ही परत चेलीला येतो. त्या उत्सवाच्या वेळी तेवढे आम्ही सर्वजण पृष्ठभागावर येतो. खरोखर तेथे जास्त वेळ राहणे शक्यच नसते; पण अनादिकाळापासून चालत आलेली ती रुढी आहे – आम्हाला तेथे असे सांगण्यात येत असे, की एके काळी आमचे पूर्वज कायम पृष्ठभागावरच राहत असत. मला त्या वेळी ती गोष्ट थट्टेची, अंधश्रद्धेची वाटली होती. जीव घेणाऱ्या आणि धाप लागणाऱ्या थंड हवेत कोण राहणार? असे वाटे. पण आता मी जेव्हा इथल्या माणसांनी गजबजलेला पृष्ठभाग पाहतो,

तेव्हा माझी खात्री पटते, की मला सांगण्यात येणारी गोष्ट खरी होती - दंतकथा नव्हती-''

''तर मग या उत्सवासाठी आम्ही जमतो. प्रत्येक चेलीसाठी नवीन सभासद नेमण्यात येतात. वर्षभर एकत्र राहिल्याने कोठे कोठे तंटेबखेडे सुरू झालेले असतात; शिवाय सर्व वयांचे लोक असले पाहिजेत, हाही नियम पाळायचा असतो. ही सरमिसळ होते, नवा गट तयार होतो आणि एकदा पाणलोट वाहायला लागले, की आमचा उत्सव संपतो आणि एकमेकांचा निरोप घेऊन आम्ही परत येतो-''

''वाटेवर कोठे तरी हा प्रकार झाला. आम्ही प्रवास करीत होतो एवढे मला आठवते - त्यापुढचे सारे काही अंधुक अंधुक आहे. मला कसला तरी एक धक्का बसला आणि मी डोळे उघडले तर मी येथे होतो ! या शरीराची, या जगाची मला संपूर्ण माहिती होती; पण त्याचबरोबर मागच्या बाजूस, पार्श्वभूमीसारख्या या मंगळावरच्या आठवणी होत्या-''

घसा साफ करून नाईक म्हणाले,

''तुमच्या शब्दांचा शब्दश: अर्थ असा होतो, की पृथ्वीवरच्या तारकुंडे नावाच्या माणसाच्या शरीरात तुमच्या मनाने एकाएकी प्रवेश केला, असेच की नाही?''

''असेच काहीतरी झाले असले पाहिजे -'' तो जरासा आशेने म्हणाला.

''मग खऱ्या तारकुंडेचे काय झाले?'' नाईकांचा प्रश्न चाबकाच्या फटकाऱ्यासारखा आला. तो एकदम दचकला.

''अं?'' तो गडबडून म्हणाला.

''असे जर अतिक्रमण होत असले तर तारकुंडे स्वत: त्याला काही विरोध करणार नाही का? काही प्रतिकार करणार नाही का? तो इतका निष्क्रिय कसा राहील? तो इतका गप्प, असहाय कसा राहील?''

''मला - मला - काहीच सांगता येत नाही. ही काही मी स्वत:च्या मर्जीने, राजीखुशीने केलेली गोष्ट नाही. मला खरोखर कशाचा अर्थच कळत नाही. फक्त झालेला बदल जाणवतो आणि मला हे नको आहे-''

तो शेवटी शेवटी अगदी वैतागून बोलत होता.

''माझं एक तुम्ही ऐकाल का?'' नाईक गंभीरपणे म्हणाले.

"काय?" त्याचा प्रश्न बेफिकीर होता. त्याचा उत्साह मावळला होता.

"तुमच्या मनात काहीतरी गुंता झाला आहे. याबाबतीत तुम्ही एखाद्या तज्ज्ञ डॉक्टराची मदत घ्या. तरच तुमचे प्रश्न सुटण्याची तुम्हाला काही तरी आशा आहे. एकेकट्याने असे पिचत बसून काय उपयोग होणार आहे?"

"मला काही सुचत नाही—" तो हताशपणे म्हणाला.

"इतके निराश नका होऊ हो ! तुमची जायची तयारी असेल, तर मी माझ्या एका स्नेह्याचे नाव सुचवतो – मदत होणे शक्य असेल, तर ती सर्व त्याच्याकडून मिळेल एवढी खात्री देतो – पाहा ! जाणार आहात का?"

"त्याने तरी काय फायदा होणार आहे?"

"आणि तुम्ही प्रयत्नच केला नाही तर ते कळणार तरी कसे?" नाईक जरा रागाने बोलत होते. "तुमची सगळी हकिकत मी ऐकून घेतली. माझा त्याच्यावर विश्वास बसला की नाही, हा भाग वेगळा – तुमच्यावर काहीतरी आपत्ती आली आहे एवढे मला दिसते; कारण तुमच्या स्वतःचा या हकिकतीवर पुरा विश्वास आहे. सर्वसाधारण माणसाच्या दृष्टीने विचार केला, तर तुमची गोष्ट अशक्य वाटते हे तुम्हालाही कबूल करावे लागेल. तुम्ही एकटे आहात, असा त्रागा करीत बसलात, तर त्याने काय साधणार आहे? तुमच्या अवस्थेबद्दल मला काही सहानुभूती वाटली म्हणून मी ही सूचना करण्याचा तरी विचार केला. नाहीतर तसे पाहिले, तर यात माझा व्यक्तिगत असा काहीच संबंध नाही."

तो स्वतःशीच खिन्नपणे मान हलवत होता.

"काही काही वेळा या ताणाखाली मी साधी माणुसकीसुद्धा विसरतो. तुम्ही त्याचा राग मानू नका – द्या मला तुमच्या स्नेह्यांचा पत्ता – मी त्यांना भेटेन—"

"मी पत्ता तर देतोच, शिवाय त्यांना एक पत्रही देतो. ते फार उद्योगात असतात. सहजासहजी गाठभेट होत नाही. तुमची इच्छा असली, तर तुमच्यासाठी उद्याची अपॉइंटमेंटही घेऊन ठेवतो – मात्र त्या वेळेस तुम्ही तेथे जायला हवे—"

नाईकांच्या या उपकाराच्या ओझ्याखाली तो दबल्यासारखा झाला.

"नाही – नाही – मी जाईन ना तिकडे !"

"केव्हाची ठरवू? उद्या सकाळची? दहा वाजताची?"

"ठरवा – ठरवा – कोणतीही वेळ द्या – सध्या तरी मी मोकळाच आहे. कामात कसले लक्ष लागणार माझे ?"

"ठीक आहे." नाईकांनी टेबलावरचे एक पॅड पुढे ओढले, त्यावर भराभर काही मजकूर लिहिला. तो कागद फाडून एका पाकिटात घातला, पाकिटावर "डॉ. परेरा, एम. डी." असे नाव व त्याखाली पत्ता लिहिला व ते बंद न करता तारकुंडेच्या हाती दिले.

"तुम्हाला पत्ता सापडेल ना?" उभे राहत त्यांनी विचारले.

"हो – हो – मला इथली सगळी माहिती आहे–" तो किंचित कडवट आवाजात म्हणाला व त्याने पाकीट खिशात घातले.

"उद्याची अपॉइंटमेंट चुकवू नका बरे का? मी फोन करतो त्यांना –"

"नाही – नाही – मी जातो – अगदी वेळेवर जातो–"

"ठीक आहे तर. तुम्हाला काहीतरी मदत होईल अशी आशा आहे–".

"पाहू या –" एवढ्याच तुटक शब्दांवर त्याने नाईकांचा निरोप घेतला व तो सावकाशपणे त्यांच्या खोलीतून बाहेर पडला.

लंचच्या सुटीनंतर 'एस' नाईकांच्या खोलीत आला. आधी त्याने दाराबाहेरूनच डोकावल्यासारखे केले व आत आला तोही दबत आल्याचा आविर्भाव करीतच.

"गेले का ते मंगळावरचे महाशय?" श्वास सोडून त्याने विचारले.

"तो तर मघाशीच गेला – येथे फार तर तासभर होता–"

"लकी आहात साहेब – तुमची सुटका लवकर झाली–"

"एस्, त्याचा राग धरू नकोस – त्याची कीवच करायला हवी. त्याच्या मनाचा इतका गोंधळ झालेला आहे–"

"प्लीज!" एस् म्हणाला, "साहेब, इथली दुःखे काय कमी आहेत का? त्यात ही मंगळावरची ब्याद कशाला?" पण जरा वेळाने एस्ने कुतूहलाने विचारले– "ही असली विचित्र कल्पना त्याच्या डोक्यात आली तरी कशी? त्यावर तो काही बोलला का?"

"एस्, त्याला आपणच जबाबदार आहोत." त्याच्या आश्चर्यचकित चेहऱ्याकडे पाहत नाईक गंभीरपणे म्हणाले, "वर्तमानपत्रांना आज केवढे महत्त्वाचे

स्थान आलेले आहे ! छापील शब्दांचा लोकांच्या मनावर विलक्षण परिणाम होतो. ते खरोखर एक फार प्रभावी हत्यार आहे आणि त्याचा उपयोग अतिशय काळजीपूर्वक व्हायला हवा; पण आपण मनोरंजनाच्या मागे लागतो. लोकांच्या खऱ्या वार्ता व नवे ज्ञान देणे हे आपले कर्तव्य आपण विसरतो. त्यांच्या मनोरंजनासाठी शुष्क; पण खऱ्या हकिकती टाळतो. सनसनाटी, भडक, चटकदार बातम्या देतो. सत्याचा विपर्यास जरी करीत नाही तरी केवळ कल्पनांना, शास्त्रज्ञांच्या अंदाजांना, तर्कांना सत्याइतकेच स्थान देतो.

हा शब्दांचा प्रचंड ओघ सर्वसामान्य लोकांच्या मनावर आदळत आहे. त्यांच्या प्रतिक्रियेचा कोणी विचार करतो का? आज शास्त्राचे युग सुरू आहे. आकाशात उपग्रह फिरत आहेत, मानवही पृथ्वीप्रदक्षिणा करीत आहे, चंद्राला वळसा घालून आपली यंत्रे येत आहेत. मंगळाच्या, शुक्राच्या रोखाने आपली यंत्रे जात आहेत – मंगळाचे फोटो प्रसिद्ध होत आहेत. सर्वत्र एकप्रकारची अपेक्षा भरून राहिली आहे.

पण केवळ त्याचे वास्तव वर्णन रुक्ष ठरेल. तेव्हा आपण त्याला ही तर्काची, अंदाजाची फोडणी देतो. पृथ्वीबाहेर परिस्थिती कशी असेल? वर गेल्यावर मानवावर काय संकटे येण्याची शक्यता आहे? चंद्रावर, मंगळावर, शुक्रावर काय परिस्थिती असेल? तेथील रहिवासी (आहेत असे मानले तर–) कसे असतील? त्यांचा आपल्याबद्दल काय ग्रह होईल ? असे प्रश्न आपण हाताळतो. वास्तविक यांपैकी एकाचेही खरे उत्तर आपल्याला माहीत नाही. केवळ अंदाज बांधले जातात; पण तेच आपण 'नरो वा कुंजरो वा –' या न्यायाने बेलाशक 'असणे शक्य आहे' व 'आहे' याची गफलत करून आत घुसडून देतो.

आकाशात दिसलेले प्रकाश, आकार, फुगे, तबकड्या, सिगार, फ्लाईंग सॉसर्स, कोणाला दिसलेले चमत्कारिक प्राणी, कोणाला पडलेली स्वप्ने, कोणाला कुठून आलेले आवाज – कशांतही खऱ्याखोट्याचे, शक्याशक्यतेचे तारतम्य न ठेवता आपण हे सगळे मिश्रण लोकांच्या गळी उतरवतो –

त्याच्या परिणामांची आपण कधी फिकीर करतो का? एखाद्या संवेदनाक्षम, सेन्सेटिव्ह मनावर याचा काय परिणाम होईल, याची तमा आपण बाळगतो का? म्हणून मी म्हणतो, या तारकुंडेच्या मनाचा तोल गेला असला, तर त्याला आपणच जबाबदार आहोत !''

“गॉश !” वरमलेल्या आवाजात एस् म्हणाला, “मी असा विचारच कधी केला नव्हता. आय ॲम सॉरी फॉर दॅट पुअर चॅप ! शेवटी तुम्ही त्याला काय सांगितलेत साहेब?” एस्.च्या आवाजात आदर होता.

“मी त्याला डॉ. परेराकडे पाठवले आहे - म्हणजे उद्या तो जाईल-”

“मी त्याला भेटू? काल मी त्याच्याशी चांगला वागलो नाही -”

“त्याची जरूरी वाटत नाही - उलट मी तर म्हणेन, ते तू टाळ. तुझ्याबद्दल त्याच्या मनात अढी असली, तर ती उलट वाढायची -”

“वेल ! ॲज यू से, सर ! पण तो सुधारेल अशी मी आशा करतो. ही सीम्ड सच ए नाइस चॅप !”

“वेल ! आशा करण्याखेरीज आपल्या हाती काय आहे ?”

डॉ. परेरांची कन्सल्टिंग रूम म्हणजे चार खोल्यांची प्रशस्त जागा होती. ठरलेल्या वेळी तारकुंडे आला. बाहेरच्या खोलीत रिसेप्शनिस्ट होती. खुर्च्यांवरून चारपाच माणसे बसली होती. डॉ. परेरांचे ऑफिस व तेथे येणारे पेशंट, सर्वच वरच्या वर्गातले दिसत होते. आत पाय टाकताच तो खरोखर गोंधळल्यासारखा झाला.

“यस?” रिसेप्शनिस्टने गोड हसून विचारले.

“मी-मी - माझं नाव-नाव तारकुंडे -”

“करेक्ट ! तुम्ही अगदी वेळेवर आलात. डॉ. परेरा तुमची वाट पाहत आहेत. धिस वे प्लीज.”

तिच्यामागोमाग तो एका हिरव्या दरवाजातून आत गेला. एका अरुंद बोळातून ती त्याला आणखी आतल्या खोलीत घेऊन गेली. दारावर टक् टक् करून तिने दार उघडले व ती म्हणाली,

“मि. तारकुंडे टू सी यू, डॉक्टर.”

त्याला आत जाण्याची खूण करून ती परत बाहेर गेली. जरा वेळ तो दाराशीच घुटमळला व मग मनाचा हिय्या करून त्याने आत पाय टाकला. खोलीच्या खिडक्यांना मंद रंगाचे पडदे होते. आत गार व सुगंधित हवा खेळत होती. त्याला एकदम प्रसन्न वाटायला लागले आणि मग त्याची नजर समोर बसलेल्या डॉ. परेरांकडे गेली.

परेरांची शरीरयष्टी किंचित कृश पण उंच होती. वर्ण गोरापान होता. कपडे अत्यंत नीटनेटके होते. त्यांच्या बसण्यातही एक पॉइज् होती, एक ऐट होती; पण हे सारे पाहून झाल्यावर त्याची नजर त्यांच्या चेहऱ्याकडे गेली आणि मग त्यांच्या घाऱ्या, विशाल, धारदार डोळ्यांवर गुंतून राहिली.

''या, या, मि. तारकुंडे, या ! मला नाईकांचा फोन कालच आला-''

परेरांच्या आवाजात एक प्रकारचे मार्दव होते, सहानुभूती होती. त्याच्या मनावरचा बराचसा ताण एकदम सैल्य झाल्यासारखे त्याला वाटले.

''नाईकांनी फोनवरून माझी हकिगत सांगितली?''

''वेल वुई वोंट बॉदर वुइथ इट् नाऊ ! मला ती प्रत्यक्ष तुमच्या तोंडून ऐकायची आहे. या आरामखुर्चीत बसा. रिलॅक्स. बी ॲट इज-''

त्यांनी दर्शविलेल्या खुर्चीवर (किंवा खुर्चीत) तो बसला.

''ठीक आहे. करा सुरुवात.''

''कोठून करू?''

''कोठेही करा. सर्व काही मला सांगा म्हणजे झाले. गो ऑन -''

नाईकांना (व त्यापूर्वी कित्येकांना) सांगितलेली हकिकत त्याने जवळजवळ त्याच शब्दात परत एकदा सांगितली आणि मग तो बोलायचा थांबला.

''इज दॅट ऑल? तुम्हाला आणखी काही आठवत नाही?''

''नाही.''

''प्रयत्न करून पाहा. जरा विचार करा. काहीतरी राहिले असेल-''

''डॉक्टर, मी यावर विचार केला का नाही? चोवीस तास माझ्या मनात ही एकच गोष्ट एखाद्या यंत्रासारखी अखंड भिरभिरत आहे. विचार करून करून डोक्याच्या ठिकऱ्या व्हायची वेळ आली आहे-''

''नो नो ! मी तसला विचार म्हणत नाही ! काळजीच्या प्रेशरखाली तुम्ही योग्य विचार कसा करू शकाल? सध्यापुरती तुम्ही आपली परिस्थिती विसरा. डोंट वरी ! नुसते आणखी काही आठवते का एवढेच पाहा-स्लोली स्लोली-''

तारकुंडेने डोळे मिटले आणि आठवण्याचा प्रयत्न करू लागला. शेवटी अगदी कपाळाला आठ्या घालून; पण बऱ्याच वेळानंतरही त्याला काही आठवलेसे दिसले नाही. मान हलवीत तो म्हणाला,

"डॉक्टर, काही काही चित्रे डोळ्यांसमोर येतात; पण ती इतकी-इतकी अशक्य कोटीतली आहेत, की ती खरी नसावीत, असे मला वाटते-"

"काय काय समोर येते ते सांगा - कसेही असले तरी-"

"मंगळाच्या पृष्ठभागावरच्या सारखा एक सपाट भाग समोर आहे, असे वाटते. तेथे आकाशाकडे तोंड केलेले एक चमत्कारिक आकाराचे; पण अतिप्रचंड यंत्र उभे आहे आणि - आणि त्या - त्या यंत्राच्या चौथऱ्याजवळ जवळजवळ चारपाचशे मृतदेह दिसतात - भयंकर ! भयंकर !"

"ते - ते मृतदेह? पृथ्वीवरच्या माणसांसारखे दिसतात?"

"नाही, नाही ! माझ्यासारखे - म्हणजे पूर्वीच्या माझ्या शरीरासारखी त्यांची शरीरे होती. ते मंगळावरचेच रहिवासी असले पाहिजेत ! पण तिथे असे घडणे शक्यच नाही ! केवढी हत्या ! केवढी भीषण हत्या !"

डॉ. परेरांकडे निरखून पाहत तारकुंडे म्हणाला,

"आयुष्याला आम्ही किती पवित्र मानीत होतो, किती पूज्य मानीत होतो, किती जपत होतो, याची तुम्हाला कल्पना नाही, डॉक्टर ! इथे मी पाहतो आणि सारी जागाच जीवसृष्टीने व्यापून टाकलेली दिसते ! एक आला काय नि एक गेला काय, कोणालाच कशाची कदर नाही ! पण तिकडे असे नव्हते - अगदी लहानपणापासून आम्हाला जीवपूजेची ही शिकवण मिळाली होती - तो तर आमचा धर्म होता. ती आमची निष्ठा होती, आमची शक्ती होती.-"

डॉ. परेरा हलक्या आवाजात म्हणाले,

"तारकुंडे, तुम्ही असे धरून चालला आहात, की तुमच्यासारखे सगळेच निष्ठावंत होते, आयुष्याला पवित्र मानत होते - नाही का?"

"पण असे असलेच पाहिजे - निदान माझी तरी अशी खात्री आहे-" पुन्हा एकदा त्याच्या कपाळावर आठ्या पडल्या. "तुमच्या शब्दांनी माझी आणखी एक आठवण जागी झाली आहे. शेवटी दोनतीन वर्षांत तेथे अशी एक कुजबूज सुरू झाली होती खरी, की प्रचलित समाजाविरुद्ध काही जणांनी विरोधाचे बंड उभारले आहे- त्यांना ते किड्यासारखे जमिनीखाली कायमचे राहणे मान्य नाही-"

तो एकदम थांबला व खूप रागाने म्हणाला,

"तुम्ही हे माझ्या मनात का घुसवता? माझ्या उरल्यासुरल्या विचारालाही

तुम्ही सुरुंग लावता आहात ! का? तेवढेतरी माझ्यापाशी राहू द्या !''

''तारकुंडे,'' परेरा गंभीरपणे म्हणाला, ''तशी माझी अजिबात इच्छा नव्हती. असा गैरसमज करून घेऊ नका - आय ॲम सॉरी-''

हातात तोंड झाकून घेत तो म्हणाला,

''मलाच तुमची माफी मागायला पाहिजे. कोणाशी कसे वागायचे याचे मला भानच राहिनासे झाले आहे.''

''मी तुम्हाला एक सुचवू का?''

''काय?''

''तुम्हाला पटले तर पाहा, मला तुमची हिप्नॉसिसखाली तपासणी करू द्या. तुमची परवानगी असली, तरच अर्थात मी तो प्रयत्न करीन-''

''त्याने काय होणार आहे?''

''तोटा तर होणार नाही ना? झाला तर फायदाच होईल. मनात काही जर खोल कोठे तरी दडून बसले असले, तर ते बाहेर येईल. तुम्हाला हा जो विलक्षण भ्रम पडला आहे, त्यामागचेही कारण आपल्याला समजेल आणि कदाचित त्यावर काही उपायही सापडेल-''

''हे कसे शक्य आहे? तुम्ही काय उपाय योजणार?''

''तारकुंडे, ते असे एका वाक्यात का सांगता येण्यासारखे आहे? फारसे खोलात न जाता तुम्हाला समजेल अशी एक साधी उपमा देतो. नदीचा प्रवाह वाहत आहे. पाण्याबरोबर वाहत आलेला पाचोळा, लाकुड-फाटा सर्व काही वाहून जात आहे; पण समजा, मध्येच एखादा खडक आला, एखादे झाड प्रवाहात आले किंवा पुलाचा एखादा खांब आला - काय होईल? त्या खांबापाशी पाण्यातले काही काही अडकून राहील, साचायला लागेल, तेथे एक मोठी अडचण निर्माण होईल. कदाचित त्याची दुर्गंधीही सुटायला लागेल. एके काळी नितळ, स्वच्छ वाटणारा प्रवाह गढूळ, घाणेरडा वाटायला लागेल; पण जर तो वाटेतला अडथळा काढला, तर प्रवाह पूर्वीसारखा मोकळा आणि स्वच्छ होईल, नाही का?''

''माणसाच्या मनात काही काही वेळा असे होते. विचारप्रवाहात कोठे तरी असा एखादा अडथळा निर्माण होतो. प्रत्यक्ष त्याच्यापासून असा काहीच धोका नसतो; पण त्याचे केवळ अस्तित्व हेच विचारप्रवाहाचा निर्मळपणा बिघडविण्यास

पुरेसे ठरते. त्या अडथळ्याभोवती नाना प्रकारची अडगळ साचायला लागते, कधीकधी त्या आवरणाखाली खरोखर काय आहे, हेसुद्धा समजत नाही. सगळाच गोंधळ होतो-''

''आणि हा अडथळा काढून टाकणे हाच यावर उपाय आहे. कधीकधी अडचण काय आहे ते उघड दिसते व काम बरेच सोपे होते; पण कधीकधी ती अडचण लपलेली असते - ती उघड करायला मग या हिप्नॉसिस्चा उपयोग करावा लागतो - उदाहरणार्थ तुमची केस !''

त्यांचे बोलणे त्याला कितपत समजले कोणास ठाऊक - पण त्यांच्या गंभीर, अर्थपूर्ण, समतोल अशा आवाजाचा त्याच्यावर परिणाम तर नक्कीच झाला होता. असहायपणे मान हलवीत तो म्हणाला,

''डॉक्टर, तुम्हाला हवे ते करा- माझी कशालाही तयारी आहे; पण मला कसेही करून या जाचातून सोडवा; माझा जीव आता अगदी वैतागून गेला आहे.''

''इतके निराश का होता हो? जरा धीर धरा-''

बोलता बोलता डॉ. परेरांनी ड्रॉवरमधून उपकरणाची पेटी काढली कसल्याशातरी इंजेक्शनची तयारी केली व मग हातात सिरींज घेऊन ते त्यांच्याकडे वळले.

''या, तारकुंडे, इकडच्या खुर्चीत बसा-''

तो आज्ञाधारकपणे त्यांनी दाखवलेल्या खुर्चीत बसला. त्यांनी त्याच्या दंडाला चट्‌दिशी इंजेक्शन दिले व त्या जागी स्पिरीटचा बोळा फिरवता फिरवता ते म्हणाले,

''हं - आता समोर पाहा - समोर दृष्टी ठेवा -''

भिंतीवरचे एक बटण दाबताच समोरच्या भिंतीवरच्या एका काळ्या वर्तुळात प्रकाशाची एक लाल ठिणगी चमकली व ती सावकाश सावकाश हलायला लागली - मागे-पुढे - मागे-पुढे...

नकळत तारकुंडेचे भान हरपले. तो समोर पाहत राहिला-

परेरांनी त्याच्या पापण्या एकदा वर करून त्याच्या डोळ्यात बराच वेळ पाहिले. त्यांचे समाधान झालेले दिसले. एक खुर्ची ओढून त्यांनी त्याच्यासमोर

आणली व खुर्चीत ते आरामशीरपणे बसले. जेव्हा ते बोलले तेव्हा त्यांचा आवाज हळू येत होता; पण त्यात आज्ञेची एक धार होती.

"मी डॉ. परेरा. मला तुम्ही ओळखलेत का?"

"हो." किंचित वेळाने तारकुंडेने उत्तर दिले. खालच्या आवाजात.

"आता कोण बोलत आहे?"

"मी-मी - आम्ही दोघे बोलत आहोत-" जरा वेळाने उत्तर आले.

"एक तारकुंडे. दुसरा कोण?"

"दुसरा मी - शिशाळा - मंगळावरून आलेला -" खुर्चीतल्या त्या निश्चल शरीरातून आलेला आवाज या उत्तराच्या वेळी बदलला होता; पण त्याच्यामागोमाग एका विलक्षण आवाजात (पोपटाने काही शब्द उच्चारावे तशा) भराभर बोललेले काही शब्द त्याच तोंडून बाहेर पडले-

"हे काय होते? " परेरांनी विचारले.

"मी, शिशाळा, माझ्या इच्छेविरुद्ध येथे अडकलो आहे - एका भयानक सापळ्यात सापडलो आहे, असे मी आता माझ्या भाषेत सांगितले-"

"मला ती कळत नाही आणि त्यात स्वारस्य नाही-" परेरा रागाने म्हणाले. "तारकुंडे, आपल्या भाषेत बोल - हे वेड पुरे-"

"हे वेड नाही, डॉ. परेरा ! तो खरोखरच येथे आहे-" तारकुंडे.

"तारकुंडे, कंट्रोलमध्ये कोण आहे?"परेरांनी करड्या स्वरात विचारले.

"आम्ही दोघेही आहोत-" जरा वेळाने उत्तर आले.

"धिस वोंट डू ! तारकुंडे, मी तुला आज्ञा करतो, की तू आपल्या सर्व शरीराचा, मेंदूचा, मनाचा पूर्ण ताबा पूर्ण घे !" विलक्षण कठीण आवाजात परेरा म्हणाले. समोरच्या शरीरात अगदी बारीक हालचाल झाली.

"डॉक्टर, या शिशाळाचा कोणत्याही गोष्टीत मला विरोध होत नाही. मला आजवर भेटलेल्या माणसांत इतका समजूतदार, इतका प्रेमळ, इतका शांत कोणीही नव्हता. तो मला अत्यंत प्रिय आहे-"

"तारकुंडे !" परेरांचा आवाज चढायला लागला होता.

"डॉक्टर ! थांबा ! त्याला काहीतरी सांगायचे आहे !"

"त्याला? धिस इज नॉनसेन्स ! त्याला-"

"डॉक्टर परेरा," तो नवा, चमत्कारिक आवाज परत एकदा आला -

''माझे अस्तित्व तुम्हाला किती अविश्वसनीय वाटत असेल याची मला कल्पना आहे. ते तुम्ही मान्य करणे म्हणजे तुमच्या आजवरच्या सर्व कल्पनांना मूठमाती देणे आहे, हेही मला समजते; पण ऐका. मी येथे कसा आलो हे आता मला समजले आहे आणि ते तुम्हालाही - पृथ्वीवरच्या सर्व लोकांना समजणे फार फार महत्त्वाचे आहे - तुम्हाला फार मोठा धोका उत्पन्न झाला आहे आणि वेळ अजून गेली नसली तर तुम्हाला बचावाचा काहीतरी मार्ग शोधता येईल - ऐका - डॉ. परेरा, लक्ष देऊन ऐका !''

डॉ. परेपरा काहीच बोलले नाहीत. केवळ समोर पाहत राहिले.

''मला आता सर्व काही स्पष्टपणे आठवत आहे - एवढेच नाही, तर सर्व घटनांमागचा भयानक अर्थ माझ्या ध्यानात आला आहे. मघाशी माझे विचार स्पष्ट होत नव्हते; त्यांना कसला तरी अडथळा येत होता - तो आता दूर झाला आहे आणि सर्व काही माझ्यासमोर स्पष्ट रूपात उभे राहिले आहे - डॉक्टर, तुम्हाला - पृथ्वीवरच्या मानवांना - भयंकर धोका उत्पन्न झाला आहे - तुम्ही जर वेळीच सावध झाला नाहीत, तर तुमचा सर्वनाश होणार आहे !''

''ऐका. मंगळावरचे आमचे आयुष्य एका ठराविक चाकोरीने गेली कित्येक शतके चाललेले आहे. खरोखर आम्ही पूर्वी तुमच्यासारखेच आमच्या ग्रहाच्या पृष्ठभागावरच राहत होतो. त्या वस्तीच्या खुणा व त्या वेळचा इतिहास अजूनही तेथे ताजा आहे; पण हा बदल झाला, त्या मागची कारणे आता दंतकथात जमा झाली आहेत - त्याच्याशी मला कर्तव्य नाही. आमचे आयुष्य आम्ही आपल्या मर्यादांमध्ये समाधानाने जगत होतो; पण प्रत्येक पिढीत काही काही असंतुष्ट आत्मे निघताततच !''

''त्यांची स्वत:बद्दलची कल्पना वेगळी असते. इतरांबरोबरचे स्थान त्यांना नको असते. स्वत:ला ते कोणी तरी श्रेष्ठ समजतात. इतरांवर. हुकूम गाजविण्यासाठी आपला अवतार झाला आहे, असा त्यांना गर्व असतो. ही घमेंड त्यांना असमाधानी ठेवते. अस्तित्वात असलेली रचना उलथीपालथी करण्याची त्यांची धडपड चालू असते.''

''जोपर्यंत हे बंड मानसिक असते, पृथक् पृथक् ठिकाणी विभागलेले असते, तोवर त्यात काही धोका नसतो; पण हे बंडखोर जेव्हा एकत्र येतात तेव्हा त्यांची शक्ती एकवटते आणि वाढते आणि जेव्हा शासनातीलच काही घटक

त्यांना सामील होतात तेव्हा काय परिस्थिती निर्माण होईल, याची कल्पनाच करायला हवी ! ''

"आमच्या समाजात असा एक असमाधानी, महत्त्वाकांक्षी गट तयार झाला होता. या वर्षीच्या उत्सवापर्यंत त्या नुसत्या अफवाच होत्या; पण या खेपेस माझा स्वत:चा त्यांच्याशी संबंध आला आणि त्यांच्या खऱ्या हेतूची मला कल्पना आली–''

"मी आमच्या चालीरीतींचे वर्णन करीत बसत नाही. ते तुम्हाला कंटाळवाणे वाटेल. तुम्हाला एवढी माहिती पुरेशी आहे की, दरवर्षी आम्ही ध्रुवावर जमतो, एका विशिष्ट पद्धतीने प्रत्येकासाठी एक वर्षाकरिता नवा जोडीदार निवडला जातो व आम्ही परत चेलीकडे येतो –''

"आम्हाला अर्थात व्यक्तिगत, खाजगी असे आयुष्य आहेच; पण ते इतक्या वेगळ्या प्रकारचे आहे, की तुम्हाला त्याची कल्पनाच येणार नाही. त्याचे वर्णन करायला तुमच्या भाषेत शब्दच नाहीत आणि माझी भाषा तुम्हाला समजणार नाही. तारकुंडेच्या मनोव्यापारावरून मला तुमच्या खाजगी आयुष्येची कल्पना आली आहे. ते वेगळे आहे हे मला कळते व त्याचे आश्चर्यही वाटत नाही. निसर्गात हा भेद असणारच !''

"पण त्याभोवती तुमच्या सर्वांच्या मनात जी विलक्षण विकृत गुंतागुंत तयार झालेली असते त्याने मात्र मी चकित झालो ! एक नैसर्गिक गोष्ट – पण त्याचा केवढा मोठा बागुलबोवा करून ठेवला आहे ! आणि तुम्ही स्वत:ला विचारी म्हणविता! असो –''

"माझा जोडीदार घेऊन मी निघालो. चेलीतले सर्वजण बरोबर होते; पण जोडीदाराशी माझे संबंध जास्त जिव्हाळ्याचे होते. आणि प्रवास सुरू होताच मला कळले, की तोही त्या कटातला एक होता. त्याने वेळ अजिबात वाया घालवला नाही. कटाच्या प्रचाराचे कार्य ताबडतोब सुरू केले आणि त्यांच्या सांगण्यावरून मला समजले, गेली कित्येक वर्षे त्यांची तयारी चालू आहे. शासनातले वेगवेगळ्या थरातले लोक त्यांना अनुकूल होते. यंत्रसामग्री, गुप्तता आणि पैसा याची त्यांची सोय झाली होती. पृष्ठभागावर ही त्यांची प्रचंड प्रयोगशाळा होती आणि त्यांचे एकमेव उद्दिष्ट होते !''

"मंगळ सोडून जावयाचे ! हा बेत अचाट होता; पण मला आधी वाटला

तसा वेडपटपणाचा नव्हता. कसे जायचे, केव्हा जायचे, कोठे जायचे हे त्यांनी व्यवस्थित ठरविले होते, ते पृथ्वीवर येणार होते !''

"त्या आधी त्यांनी उडत्या तबकड्यांतून पृथ्वीचे फार सूक्ष्म निरीक्षण केले होते. तुमचा स्वभाव पुरेपूर ओळखला होता आणि उघडपणे उतरण्याचा विचार सोडून दिला होता. हे आक्रमणच होणार होते; पण मानसिक आक्रमण – कोणत्याही समाजरचनेत दुय्यम जागा स्वीकारायची त्यांची तयारी नव्हती. जेथे असतील तेथे ते सर्वप्रथम, अग्रगण्य, अधिकारात असले पाहिजेत ! त्यासाठी त्यांनी एक तंत्र शोधून काढले होते – मानसिक छायाचित्र असे मी त्याला नाव देतो; कारण मी दोन्ही जगातला तज्ज्ञ नाही, जाणकार नाही–''

"अशा यंत्राच्या साहाय्याने त्यांनी आपली उद्दिष्टे ठरविली होती. या प्रवासात सर्वांत सोयीची अशी एकच वेळ होती– मला वाटते आकाशातल्या कक्षांशी त्यांचा काहीतरी संबंध असावा. ते असो, वेळ नजीक आली होती आणि माझा जोडीदार मला बरोबर येण्याचा आग्रह करीत होता–''

"मी अर्थात त्याला धुडकावून लावले. असल्या विचित्र गोष्टींवर माझा विश्वास बसणे अशक्य होते आणि बसला असता तरीही समाजाविरुद्ध करण्यात येणाऱ्या या द्रोहाला मी कधीच संमती दिली नसती–''

"आणि रात्रीच्या अंधारात माझा जोडीदार बेपत्ता झाला ! मग मात्र मला शंका यायला लागली, की त्याच्या बडबडीत काहीतरी तथ्य असावे. त्याचे सांगणे जर खरे असेल, तर समाजाविरुद्ध हा एक भयंकर गुन्हा होता व तो होऊ न देणे हे समाजाचा एक घटक या नात्याने माझे कर्तव्य होते !''

"मी ही हकिकत कोणाला सांगायला गेलो असतो, तर माझ्यावर कोणी विश्वासच ठेवला नसता ! आणि वेळ महत्त्वाची होती ! त्यांची खात्री पटवीत बसण्यात वेळ खर्च झाला असता आणि मी थांबू शकत नव्हतो ! हा सर्व विचार करून मी एक शब्दही कोणाजवळ बोललो नाही. गुपचूप एकटाच माझ्या जोडीदाराच्या मागावर निघालो.''

"त्याने आपल्या प्रवासात अजिबात गुप्तता वापरली नव्हती. त्याच्या सरपटण्याच्या व पंज्याच्या खुणा सहज दिसत होत्या. एक गोष्ट तुम्हाला सांगायची राहिली होती; आमची शरीरे अर्थात तुमच्यासारखीच नाहीत; फारच वेगळी आहेत. येथल्या पाली किंवा सरडे हेच आम्हाला जास्त जवळचे

वाटतात. विचार, बुद्धी सोडून अर्थातच !''

''तर मग मी त्याच्या मागावर निघालो. शेवटी शेवटी त्याला घाई झाली असावी असे दिसले आणि मलाही भीती वाटायला लागली. आपल्याला उशीर नाही ना होणार? आपण वेळेवर पोहोचणार का? अशी काळजी करीत मी शक्य तेवढ्या घाईने मार्ग क्रमित होतो-''

''ती वाट शेवटी वर आली. पृष्ठभागावर ! सदासर्वदा मोकळ्या हवेत, उघड्या आकाशाखाली वावरणारे तुम्ही लोक ! तुम्हाला कल्पना येणार नाही मला बसलेल्या धक्क्याची ! इतके उघड्यावर हे लोक वावरत होते यावरूनच त्यांचा निर्धार उघड होत होता. ! आणि त्यांचे सर्व कारभार पृष्ठभागावर चालले होते म्हणूनच गुप्त राहिले होते ! पुढे पाऊल टाकायला मला फार मोठे साहस करावे लागले; पण शेवटी तेही मला करावेच लागले. गुन्हेगारांचा गुन्हा इतका नीच होता, की तो थांबविण्यासाठी वैयक्तिक आवडीनिवडी दूर साराव्याच लागल्या-''

''उघड्यावर तर त्याने अगदी बेफिकीरपणे प्रवास केला होता. मी डोळे-नाक मिटूनसुद्धा त्याच्यामागोमाग जाऊ शकलो असतो. धडधडत्या काळजाने; भयभीत, मी त्या वाटेने निघालो -''

''पण मला फार लांब जावे लागलेच नाही. काळ्याकभिन्न खडकांची एक ओळ मी ओलांडली आणि मला ते दिसले-''

''समोर एक सपाट मैदान होते. त्याच्या मध्यभागी एक अतिप्रचंड यंत्र उभे होते. जरी मला त्या यंत्राची अजिबात कल्पना आली नाही तरी अशी खात्री वाटत होती, की त्याचे तोंड वर, आकाशाकडे वळलेले आहे. इतक्या लांबून त्या यंत्राखेरीज इतर काही दिसत नव्हते-''

''मी सावकाश जवळ आलो. जर काही उपद्व्याप चालला असला, तर काही तरी हालचाल दिसली असती, काहीतरी गोंगाट कानी आला असता - पण येथे सर्वत्र शांतता पसरली होती-''

''आणि त्या शांततेनेच माझे मन निराशेने खचले. एकाएकी माझी खात्री पटली की, त्यांचे कार्य झालेले आहे, आपल्याला उशीर झाला आहे, आपण वेळेवर येऊ शकलो नाही-''

''पराभवाचा कडवटपणा सर्व शरीरात भिनला होता. शिरावरचे ओझे

लाखपटींनी वाढले होते. पुढे जाण्यात खरोखर काही अर्थ नव्हता. तरीही एका अघोरी कुतुहलाने मी जातच राहिलो. कल्पनेपेक्षा ते अंतर खूप जास्त होते. ते यंत्र अधिकाधिक प्रचंड दिसायला लागले. शेवटी मी त्या यंत्राच्या पायथ्याशी येऊन पोहोचलो-''

''ती रचना केवढी अवाढव्य होती ! सारे आकाश व्यापून टाकीत होती ! केवढे परिश्रम ! केवढी चिकाटी ! केवढे साहस ! पण हे जर समाजाच्या कल्याणासाठी खर्च केले असते तर - पण नाही ! ''

''आणि मग यंत्रावरून माझी नजर चौथऱ्याकडे वळली व मला खरा धक्का बसला. त्या खूप मोठ्या चौथऱ्यावर जवळजवळ चारशे ते पाचशे निष्प्राण शरीरांचा खच पडला होता. हेच सर्व कटवाले ! यांनीच हा विलक्षण प्रयोग केला होता ! आणि आता आपली शरीरे मंगळावर टाकून ते कोठे तरी गेले होते - खरोखर ते दृश्य एकाच्या मनाच्या आवाक्याबाहेरचे होते. मी वेड्यासारखा त्या प्रेतांच्या खचातून हिंडत होतो-''

''माझ्या नकळत माझे डोळे पाहत होते आणि बऱ्याच वेळाने माझ्या लक्षात आले, की या प्रत्येकाने आपल्या हातात काही तरी घट्ट धरलेले आहे व त्यापासून एक तार निघून ती समोरच्या पर्वतासारख्या यंत्रांत शिरलेली आहे, मी जास्त बारकाईने पाहिले आणि अगदी प्रत्येकाच्या हातात काहीतरी होते, असे मला दिसले. मी खरोखर त्याच क्षणी परत फिरायला हवे होते. अधिकारी लोकांना या भयंकर प्रकाराची माहिती द्यायला हवी होती. या यंत्राचा नायनाट करायला हवा होत. मी ते काहीच केले नाही. माझ्या कर्तव्याला चुकलो-''

''विमनस्क मनाने मी त्या मृत्यूच्या रिंगणात भटकत राहिलो आणि एकाएकी मी थांबलो. यंत्रातून एक तार आली होती आणि तशीच चौथऱ्यावर पडली होती. तिच्या शेवटाला रत्नासारखा लाल असा एक मणी होता. त्यांच्यापैकी ऐनवेळी कोणीतरी आला नव्हता व त्याची जागा रिकामी होती; पण आता काय उपयोग? मी मनाशी विचार केला. त्याची वेळ तर टळलीच आहे ।''

''सहज कुतुहलतेने मी तो मणी हातात घेतला-''

''आणि ते झाले ! एका क्षणार्धात झाले ! सर्व शरीराला कसला तरी प्रचंड धक्का बसला-''

''दुसऱ्या क्षणी मी डोळे उघडले तेव्हा मी येथे होतो. पृथ्वीवर होतो. एका

गजबजलेल्या रस्त्यावरून चालत होतो. मी कोणाच्या तरी शरीरात वावरत आहे, याची मला पूर्ण कल्पना होती. त्याच्या सर्व आठवणी त्या माझ्या आठवणी झाल्या होत्या. मी तारकुंडे झालो होतो !''

''त्याला माझ्या अस्तित्वाची जाणीव आहे; पण खरोखर माझ्या मानाने त्याचे मन इतके कमकुवत आहे, की एका क्षणात मी त्याच्या चिंधड्या चिंधड्या उडवू शकेन. पण मी त्याचा शत्रू नाही, उलट मी त्याला पृथ्वीवरच्या मानवांना मदत करायला तयार आहे-''

''डॉ. परेरा, माझ्या शब्दांची थट्टा करू नका. आज तुमच्या जगात चारपाचशे कपटी वेशातले, खोटे मानव वावरत आहेत. त्यांची शरीरे मानवांसारखी दिसतात; पण ती केवळ कवचे आहेत. आत मानवी मन नाही. आत एक वेगळेच, परके, अहंकारी, गर्विष्ठ, बेदरकार, निर्घृण, क्रूर असे दुसरेच व्यक्तिमत्त्व आहे. ते सर्व तुमचे शत्रू आहेत.''

''त्यांना हुडकून काढा. त्यांचा नाश करा. नाही तर तुमचा समाज, संस्कृती, सारे काही नाश पावेल ! सावध व्हा ! ''

तारकुंडेच्या निश्चल शरीरातून येणारा तो चमत्कारिक आवाज थांबला. खोलीतली शांतता बराच वेळ टिकली.

डॉ. परेरा बराच वेळ तारकुंडेकडे टक लावून पाहत होते. आता ऐकलेल्या हकिकतीचा त्यांच्या मनावर काय परिणाम झाला होता, हे कळणे कठीण होते. त्यांनी एकदाच स्वत:शी नकारार्थी मान हलवली.

''तारकुंडे ! तू ऐकतो आहेस का? तू मला ओळखलेस का?''

''हो डॉक्टर -'' तारकुंडे त्याच्या नैसर्गिक आवाजात म्हणाला.

''मी तुला जागे होण्याची आज्ञा देत आहे - जागा हो-''

तारकुंडेचे डोळे एकदोनदा मिटले - उघडले व तो भानावर आला.

''तू आता जे काही सांगितलेस ते तुला आठवते का?''

''नाही - मला जी एक अर्धवट आठवण आधी येत होती तेवढीच अजून येते. एक अवाढव्य यंत्र, चारपाचशे मृत शरीरे - एक धक्का-''

''बस? एवढेच? आणखी काही नाही?''

''डॉक्टर - हा - शिशाळा म्हणतो की-''

‘‘तो काय म्हणतो ते मला नको ! तुला काय माहिती आहे? ’’

‘‘डॉक्टर ! तुम्ही जरा माझे ऐकून घ्या-’’

‘‘नो !’’ डॉक्टर ठामपणे म्हणाले. ‘‘तारकुंडे, आतापर्यंत मी तुझे खूप ऐकले आहे. आता तू मी काय सांगतो ते ऐक, नीट लक्ष देऊन ऐक. माणसाचे मन ही एक अत्यंत नाजूक तोलाची रचना आहे आणि ती तितकीच फसवी आहे, हे ध्यानात ठेव म्हणजे पुढचे कळेल.’’

‘‘तू एक सुविद्य माणूस आहेस. आसपासच्या परिस्थितीचे तुला चांगले ज्ञान आहे. परिस्थितीत आलेली अनिश्चितता, आलेला स्फोटकपणा हे सर्व तुला जाणवते. यावर जर तातडीने विचार व उपाययोजना झाली नाही तर समाजाचा नाश अटळ आहे, अशी तुझी धारणा आहे. यात तू एकटा नाहीस. आजकाल बऱ्याच जणांना असे वाटते. मात्र प्रत्येकाला आपापल्या प्रकृतीप्रमाणे दोष मात्र वेगवेगळ्या ठिकाणी दिसतात. समाजाचे कल्याण करण्याची जबाबदारी सुशिक्षित वर्गावर आहे असे तुला वाटते व त्यात तू तुझा स्वत:चाही समावेश करतोस; पण आजचे चित्र तुला असे दिसते, की हा वर्ग बेजबाबदारपणे वागत आहे, स्वार्थी बनला आहे व पुन्हा एकदा त्यात तू स्वत:ही आलास !’’

‘‘येथपर्यंत आल्यावर मग आता पाहा. स्वत:चा दोष स्वीकारायची तुझी तयारी आहे का? नाही ! पण दोष दृष्टिआड करता येतो का? तेही नाही ! मन अशा पेचात सापडते व मग त्यातून सुटण्याची धडपड करू लागते. त्याचा मार्ग ठरावीक आहे. जबाबदारी, दोष हे सर्व दुसऱ्या कोणत्या तरी माणसावर किंवा बाह्य परिस्थितीवर किंवा इतर कारणांवर ‘शिफ्ट’ करावयाचे ! यासाठी तू आता एखादा ‘स्केपगोट’ शोधायला लागला आहेस. अर्थात हे सर्व काही उघडपणे झालेले नाही. तुझ्याही नकळत झालेले आहे. येथपर्यंत तुझ्या प्रश्नाचा एक भाग झाला. आता तू उत्तर कोणते व का काढलेस ते पाहू-’’

‘‘जगाच्या या परिस्थितीच्या ज्ञानाबरोबर इतरही बरीचशी माहिती वाचून, ऐकून किंवा पाहून मनात प्रवेश करीत असते. बाह्यत: जरी तू एखादी गोष्ट विसरलास, तरी तिची आठवण मनात कायमची राहिलेली असते. या सर्व अनाहूत ज्ञानाच्या किंवा समाजाच्या पसाऱ्यात तुझे मन पटण्यासारखी अशी एखादी उपपत्ती शोधीत होते. या सर्वातून निवडून, संकलन करून तुझ्या मनाने मंगळावरून झालेल्या या मानसिक आक्रमणाची निर्मिती केली आहे. तू वर्णन

केलेले शब्द आठव. तुझ्या आंतरिक गरजांना हे कसे पूर्ण आणि योग्य उत्तर ठरते हे तुझ्या ध्यानात येईल.''

''हे आक्रमण खरोखरीच झाले आहे, याला तुझ्या शब्दांव्यतिरिक्त आणखी काही पुरावा आहे काय? नाही ! म्हणजे तुझी ही कथा कधीही खोटी ठरण्याची भीती नाही ! हे आक्रमण कोणावर झालेले आहे? जगातले वरच्या वर्गाचे, समाजधुरीण समजले जाणारे लोक ! जे खरोखर तुमच्या मते गुन्हेगार आहेत ते ! या आक्रमणाचा हेतू काय आहे? आजच्या समाजरचनेचा नाश करणे ! जे ते लोक आधीच करीत आहेत अशी तुझी भावना आहे तेच ! तुझे मन याहीपुढे गेलेले आहे. तू स्वतःही या आक्रमणाखाली सापडला आहेस. स्वतःचा दोष तू अशा वक्रमार्गाने स्वीकारला आहेस ! तुझ्या हातून घडणाऱ्या कृत्यांना तू जबाबदार आहेस, ही गोष्ट तू टाळू पाहत आहेस ! मात्र त्यात तू स्वतःच्या संरक्षणासाठी सोयीस्कर पळवाट ठेवली आहेस - हा 'शिशाळा' तुझा मित्र आहे, शत्रू नाही. तो तुला इजा करणार नाही !''

परेरांच्या शब्दाशब्दागणिक तारकुंडेचा चेहरा बदलत चालला होता. त्यांचे शब्द संपताच तो ताडकन उभा राहिला व ओरडला,

''नाही ! नाही ! हे खरे नाही ! मी शिशाळा बोलत आहे.''

''मी तुझ्या शब्दांवर कशाच्या आधारावर विश्वास ठेवायचा?''

''डॉक्टर, तुम्ही तुमच्या शास्त्राप्रमाणे प्रसंगाचे एक स्पष्टीकरण दिले आहे – ते पटण्यासारखेही आहे; पण येथे वेगळेच घडले आहे. मी सांगितलेला शब्द न् शब्द खरा आहे ! तुमच्या सर्व समाजावर महाभयंकर आपत्ती येणार आहे ! खरोखर विचार करा–''

''तू तारकुंडेला काही करू शकत नाहीस ?''

''मी त्याचा नाश करू शकेन; पण मी ते करणार नाही !''

''कर ! त्याचा नाश कर ! तुझे अस्तित्व सिद्ध कर ! मग पाहू !'' तारकुंडेने दोन्ही हातांनी आपले मस्तक गच्च धरले. तो विलक्षण मानसिक ताणाखाली होता, ते उघड होते. शेवटी तो जवळजवळ हुंदके देत एकएक अक्षर ओढून काढल्या-सारखा म्हणाला,

''नाही ! ते शक्यच नाही ! ते माझ्या स्वभावाविरुद्ध आहे !''

डॉ. परेरा बोलले तेव्हा त्यांचा आवाज एकदम करडा झाला होता–

"तू तारकुंडेला इजा करू शकत नाहीस. कारण तू अस्तित्वातच नाहीस. त्याच्या भांबावलेल्या मनातली तू एक केवळ कल्पना आहेस ! तो शारीरिक व मानसिक, दोन्ही दृष्टींनी सुरक्षित आहे ! तो स्वत:च स्वत:ला काही कसे करू शकेल?"

तारकुंडे असाहाय्यपणे खुर्चीवर कोसळला.

"मी काय करू? मी काय करू?" तो वेड्यासारखा पुटपुटत होता.

डॉ. परेरा त्याच्याजवळ आले व त्याच्या खांद्यावर हात ठेवून परत शांत, गंभीर, समजुतीच्या आवाजात म्हणाले,

"तारकुंडे, संकटे येतात; पण मनाची फसवणूक करून ती सुटत नाहीत. सत्याला निर्धाराने तोंड द्यायला शिक; तरच तुझा तरणोपाय आहे. परिस्थितीचा सखोल अभ्यास कर. त्यानंतरही तुझ्या मनात जर ही अपराधीपणाची भावना – गिल्ट कॉम्प्लेक्स – राहिली तर ती स्वीकार आणि लोकांसाठी जे काही समाजकार्य करता येण्यासारखे आहे ते कर. तू ते कितीही अल्प प्रमाणात केलेस, तरी जबाबदारी पार पाडल्याचे समाधान मिळेल व तू या चमत्कारिक जाचांच्या बंधनातून सुटशील–"

त्यांचे शब्द तारकुंडेने ऐकले का नाही कोणास ठाऊक ! तो होता तसाच असाहय्यपणे खुर्चीवर बसला होता.

"तारकुंडे, तू मला धोक्याचा इशारा देत होतास – आता मी तुला धोक्याचा इशारा देतो, तो निर्वाणीचा आहे. तू स्वत:ची सत्यसृष्टीशी फारकत करीत आहेस. हे जर वेळीच आवरले नाहीस, तू स्वत:ला वेळीच मार्गावर आणले नाहीस, तर इतर जगाचे काहीही झाले तरी तुझा सत्यानाश अटळ आहे ! तू माणसातून उठशील ! तू वेडा ठरशील ! या भलत्याच कल्पनेचा अट्टाहास सोडला नाहीस, तर तुझी रवानगी वेड्यांच्या इस्पितळात होईल ! अजून सुधारणेला वाव आहे, सुधारणा होण्याची आशा आहे, तोवरच स्वत:ला सावर !"

तारकुंडेने आता प्रथमच तोंड वर करून परेरांकडे पाहिले. गेल्या पाच मिनिटात त्याच्या चेहऱ्यावरची आशा मावळली होती, रंग उतरला होता; तो हतबुद्ध झाला होता.

काही न बोलता तो उठला व सावकाश खोलीबाहेर गेला. एखाद्या प्रचंड

भाराखाली असल्यासारखे त्याचे खांदे खचले होते. पावले फरपटत होती. तो पार 'क्रश' झाला होता.

दुपारी चारच्या सुमारास सेक्रेटरी डॉ. परेरांकडे आली.

"एक श्री. नाईक आपल्याला भेटायला आले आहे, डॉक्टर."

"नाईक? ठीक आहे. त्यांना आत पाठव आणि मग मी सांगेपर्यंत मला डिस्टर्ब करू नकोस व कोणालाही आत पाठवू नकोस–"

"यस् डॉक्टर."

नाईक आतल्या खोलीत आले. न बोलता खुर्चीत बसले,

"डॉक्टर, आज तो तारकुंडे आला होता?"

"यस्– यस् – तो येथे चांगला दोनतीन तास होता–"

"मग?" नाईक जरा अधीर झाल्यासारखे दिसले.

"नाईक, धिस इज ए शॉक. तो आपल्यातलाच एक आहे–" खोलीत एकदम शांतता पसरली.

"पण – पण – हे कसे झाले? आपण किती गुप्तता राखली होती !"

"आय डोंट नो ! झाले आहे हे खरे आहे; पण एक समाधानाची गोष्ट आहे. हा शिशाळा पुरा आयडिअलिस्ट आहे. तो स्वत:ला या मानवांचा मित्र म्हणवतो!"

"तरीही–तरीही – आपल्याला धोका आलाच !"

"डोंट वरी, नाईक ! या माणसांच्या जातीत दर क्षणाला इतके–इतके–क्रॅकपॉटस् जन्माला येत असतात, की एखादा कमी किंवा अधिक त्यांच्या लक्षातही येणार नाही. ओ, दीज स्टुपिड फूल्स् !"

"बरे झाले माझ्याशी त्याची गाठ पडली–"

"व्हाय डू यू वरी? त्याच्यावर कोण विश्वास ठेवणार आहे?"

"डॉक्टर, तुम्ही शेवटी त्याला काय सांगितले?"

"ओ ! आय वॉज दी परफेक्ट फ्रेंड ! त्याला असा सल्ला दिला आहे, की तो जर त्याने अमलात आणायचा प्रयत्न केला, तर तो पूर्ण निरुपद्रवी होईल आणि ऐकला नाही तर त्याची रवानगी मेंटल हॉस्पिटलमध्ये होईल. इन एनी केस, वुई आर सेफ !"

"पण तो कसा आला इथे?"

"एखादा मोकळा कंडक्टर त्याने हातात घेतला पाहिजे आणि मशीनमधली रेडिड्युअल पॉवर त्याच्या एकट्याला पुरेशी ठरली. आता इथे काँटॅक्ट कसा झाला ते मलाही समजत नाही ! रिमेंबर वुई ऑल्सो आर न्यू टू धिस गेम !"

"पण हे एक रिस्कच आहे, नाही का?"

"यस यस, आता आपली जी मासिक सभा होईल तेव्हा मी सर्वांना धोक्याची सूचना देईन व असे जर कोणी अपघाताने आले असले, तर त्यांच्याशी कसे वागायचे हेही ठरवू. तोपर्यंत रोटरी, लायन्स, इत्यादी मीटिंगमध्ये मला जे जे भेटतील त्यांना सूचना देईनच - तुम्हीही लक्षात ठेवून वागा-"

"वेल, तुम्ही हे काम फार उत्तम केलेत, डॉक्टर !"

"पण नाईक, आपण सारखे वॉचवर राहिले पाहिजे बरं का? यू कान्ट से ऑफ दिज ह्यूमन बॅस्टर्डस् ! काही काही एक्सेप्शनली ब्रिलियंट असतात ! अशा एखाद्याशी या शिशाळाची गाठ पडली, तर घोटाळा होण्याची शक्यता आहे. तेव्हा काळजीने राहा !"

"पण फार दिवस राहिले नाहीत आता, नाही का?"

"यस यस दुसरी बॅच केव्हा ड्यू आहे? सव्वातीन वर्षांनी, नाही का? आणखी एकदोन बॅचेस आणि मग आपण निर्धास्त होऊ ! तोपर्यंत..."

डॉ. परेरांचा चेहरा बदलला. मानवी चेहऱ्याच्या खुणा जरा अस्पष्ट झाल्या. आणि त्यांच्या ओठांतून शीळ घातल्यासारख्या आवाजांची एक लांबच लांब मालिका बाहेर पडली.

नाईक हसत हसत त्यांच्या खोलीतून बाहेर पडले.

■

पिंजरा

प्रेमचंद या रस्त्यावरून इतक्या वेळा आला होता, की त्याला सगळा रस्ता जवळजवळ तोंडपाठ होता. ''डोळे बांधूनसुद्धा मी त्या रस्त्याने गाडी नेऊ शकेन,'' तो कितीतरी वेळा थट्टेने म्हणायचा. सारखेसारखे पाहून त्याला त्या ठरावीक देखाव्यांचा – ते सुंदर असले तरीही – आता कंटाळा आला होता. आकर्षणाची धार बोथट झाली होती.

पण त्याच्या शेजारी बसलेला त्याचा मित्र मनसुख या रस्त्याने प्रथमच प्रवास करीत होता. आणि दर पाचदहा मिनिटांनी त्याच्या तोंडून आश्चर्याचे उद्गार निघत होते. प्रेमचंदने त्याच्याकडे एकदोनदा जरासे आश्चर्याने पाहिले होते. मनसुखच्या स्वभावाची ही बाजू प्रेमचंदला नवखी होती; पण प्रेमचंद काही बोलला नाही.

घाटातले शेवटचे उजवे वळण घेऊन गाडी सपाट रस्त्याला लागली. रस्त्याचे हे शेवटचे सातआठ मैल प्रेमचंदच्या आवडीचे होते. येथून त्याच्या बंगल्यापर्यंत रस्ता सरळ, सपाट व उत्तम होता. सत्तर-पंचाहत्तरने गाडी सहज धावत असे.

''अरे !प्रेमचंद ! ते काय आहे रे? जरा थांब !''

मनसुखच्या शब्दांबरोबर प्रेमचंदने गाडीचा वेग कमी केला व ब्रेक लावले. त्याच्या आठवणीप्रमाणे रस्त्याच्या या शेवटच्या भागात पाहण्यासारखे खरोखर काही नव्हते. पण मनसुख डावीकडे बोट दाखवीत होता.

''काय सुंदर घर आहे रे ! काय फाइन सेटिंग !''

गाडी पूर्ण थांबवून, चाकावर हात ठेवून प्रेमचंद तिकडे पाहतच राहिला. मनसुख म्हणत होता ते अक्षरश: खरे होते. हिरव्यागार डोंगराच्या पायथ्याशी एक बंगलेवजा लहानसे टुमदार घर होते खरे ! इतक्या लांबवरून भिंतींचा पांढरा शुभ्र, रंग, छपराचा लाल भडक रंग व चारी बाजूच्या लाकडी कुंपणाचा गडद हिरवा रंग एवढेच दिसत होते; पण किती रेखीव ! किती उठावदार ! हिरव्या कोंदणात बसवलेल्या एखाद्या रत्नासारखे ते चमकत होते – दृष्टी त्यावर खिळून राहत होती.

पण त्याला एका गोष्टीचे राहून राहून नवल वाटत होते. तो येथे येऊन जेमतेम दोन महिने झाले असतील – त्या वेळी येथे काहीच नव्हते. नाहीतर त्याच्या लक्षात आल्यावाचून खासच राहिले नसते; पण मग त्यालाच वाटले, हल्ली हल्ली आपले रस्त्याकडे लक्ष तरी असते का? आणि येथून तर आपण अगदी भरधाव जातो !

'प्रेमचंद,' मनसुख बोलत होता ''मी आजवर हजारो घरे-बंगले पाहिलेले आहेत; पण यासारखे काहीही मला दिसले नाही. काय डिझाइन ! काय मॅचिंग ! कोणाचे आहे रे?''

''मनसुख, तुझा विश्वास बसणार नाही; पण मला खरेच माहीत नाही – मीसुद्धा आता पहिल्या प्रथमच हे घर पाहत आहे – आज हवी तर गावात चौकशी करीन–''

मनसुखच्या नजरेवरून प्रेमचंदची खात्री झाली, की आपल्या सांगण्यावर त्याचा विश्वास बसलेला नाही आणि त्याच्या संशयी स्वभावाला साजेसेच आहे, त्याला पुढे वाटले.

''निघू या का?'' प्रेमचंदने विचारले व मनसुखने जरा नाखुशीनेच संमती दिली. पण ते घर अगदी दिसेनासे होईपर्यंत मनसुख तिकडे वळून वळून पाहत होता–

गाडी बंगल्याच्या आवारात शिरली. गोकुळ त्यांची वाट पाहतच होता. त्याने सर्व काही जय्यत तयार ठेवलेले असणार ही प्रेमचंदची खात्री होती. दोनतीन महिन्यांआड गावातल्या बंगल्याकडे होणाऱ्या त्याच्या चकरीच्या दोन दिवस आधी तो गोकुळला पुढे पाठवून देत असे व गोकुळ सर्व तयारी करून ठेवत असे.

आताही दिवाणखान्यात चहा तयार होता. स्नानासाठी गरम पाणी तयार होते आणि दोन तासांत उत्तम जेवण तयार होणार होते.

दोघेजण स्नान वगैरे आटोपून बागेत बसले होते.

"गोकुळ, तू बसने आलास की गाडीने?"

"आगगाडीने आलो शेठ."

"मग तुला काहीच दिसलेले नसणार-"

"कशाचे दिसायचे शेठ?"

"घाटाच्या पायथ्याशी आज आम्हाला एक नवी बंगली दिसली; पण रेल्वेतून ती दिसायची नाही – माळी आला की त्याला माझ्याकडे पाठव-"

"जी शेठ-"

"माळी इथलाच राहणारा आहे." मनसुखला प्रेमचंद म्हणाला, "त्याला बरोबर माहीत असेल-"

पण त्याला मनातल्या मनात अजून आश्चर्य वाटत होतेच.

शेठ आले आहेत हे कळल्यावर संध्याकाळी माळी बंगल्यावर आला. प्रेमचंद व मनसुख नुकतेच हिंडून परत आले होते. मनसुखने प्रेमचंदला माळ्याला विचारायची आठवण केली.

"बुवा, गावात नवीन कोणी आले का रे राहायला ?"

"नाही जी-"

"मग घाटाच्या पायथ्याशी नवा बंगला कोणाचा आहे?"

"काही माहीत नाही जी-" उत्तर देता देता बुवाची नजर खाली गेली होती व तो अस्वस्थ झाला होता, हे दोघांच्याही ध्यानात आले.

"अरे ! असे कसे होईल? तू गावात राहतोस नि तुला माहीत नाही असे कधी झालेय?"

"खरेच माहीत नाही जी-"

"तू स्वत: बंगली पाहिलीस की नाही?"

"हो पाहिली-" बुवा खालच्या आवाजात म्हणाला-प्रेमचंदची खात्री झाली, की आपल्याशिवाय दुसऱ्या कोणी त्याला हा प्रश्न विचारला असता, तर बुवाने साफ 'नाही' म्हणून सांगितले असते.

"आणि मग? स्वत: पाहिलेस नि माहीत नाही?"

''शेठ, मी देवाशपथ सांगतो– गावात ऐकले मी पिऱ्याची लहानशी झोपडी कोणीतरी विकत घेतली व तेथे नवीन काम चाललेय – बागेचे काम मिळते का पाह्यला मी एक चक्कर टाकली – आता पुन्हा नाही–'' हात कानाला लावीत बुवा प्रांजळपणे म्हणाला.

''का रे? तेथे कोणी भेटले का नाही?''

''शेठ ! कशासाठी चौकशी करता? ती जागा फार खराब आहे – मी तिकडे फिरकणार नाही नि तुम्हीपण जाऊ नका–''

''अरे पण सांगशील तर खरे?''

''होत्या – होत्या – एक बाई होत्या – शेठ, मला जास्त काही विचारू नका–आणि तिकडे जाऊ नका.''

खालच्या मानेनेच बुवा खोलीतून निघून गेला. मनसुख सर्व संभाषण अगदी लक्ष देऊन ऐकत होता.

''उद्या गाडी काढ रे प्रेमचंद !'' तो हसत म्हणाला, ''प्रत्यक्ष जाऊन पाहू या तिथे ! हे खेडवळ लोक ! मुलखाचे अडाणी !''

मनसुखपेक्षा बुवावर प्रेमचंदचा जास्त विश्वास होता. मनसुखचे बोलणे त्याला पटले नाही; पण तो काही बोलला नाही.

गावी आल्यावर देवळाखालच्या डोहात सकाळीच पोहायला जायचा प्रेमचंदचा नेम होता; पण आज सकाळी या मनसुखमुळे त्याला ते जमणे शक्य नव्हते. कारण मनसुखला त्या बंगल्याकडे जायची घाई झाली होती.

दाढी करता करता प्रेमचंदला वाटले, ही मनसुखची ब्याद आपण विनाकारणच गळ्यात अडकवून घेतली ! त्याच्या रोजच्या व्यवसायात त्याला मनसुखची अनेक वेळा मदत झाली होती, हे खरे असले तरीही आजपर्यंत प्रेमचंदने त्याला आपल्या खाजगी आयुष्यापासून चार हात दूरच ठेवले होते. मनसुखची जी काही त्याला माहिती मिळाली होती त्यावरून मनसुख म्हणजे 'मराठी' पार पाडण्यात पटाईत आहे. त्याचे लागेबांधे समाजातल्या अनेक वरच्या आणि खालच्या ठिकाणी जुळलेले आहेत, एवढे प्रेमचंदला कळले होते. यापेक्षा जास्त – उदाहरणार्थ मनसुखचा पिण्याचा शोक, स्त्रियांबद्दल – त्यातल्या त्यात तरुण अविवाहित मुलींबद्दल – त्याला असलेली विलक्षण ओढ, या व असल्या गोष्टी जाणून घेण्याचीही प्रेमचंदची इच्छा नव्हती.

हे गावावरच्या बंगल्यात येण्याचे नियंत्रण मनसुखनेच जवळजवळ स्वत: ओढून घेतले होते आणि त्याला नाही म्हणणे सुस्वभावी प्रेमचंदला फार जड गेले होते. आणि असा हा मनसुख येथे हजर झाला होता.

एक सुस्कारा सोडून प्रेमचंदने चेहऱ्यावरचा फेस पुसून टाकला–

सकाळी दहाच्या सुमारास न्याहरी उरकून दोघे गाडीतून निघाले. पहाटेचे दव अजून पानापानांवरून चमकत होते आणि सर्व सृष्टीला एक प्रकारचा तजेला होता, टवटवीतपणा होता. गावाची लहानशी वेस सोडली आणि समोर हिरवेगार माळरान पसरले. रात्रीच्या धुक्याबरोबर हवेतील धूळ खाली विरली होती आणि आकाशाचा रंग अगदी पूर्ण, आश्चर्यकारक निळा होता. मधेच एखाददुसरा पांढरा ढग तरंगत होता. त्याखाली हा निळा पट्टा. अगदी क्षितिजाजवळ हा आकाशी निळा रंग आणि शेतांचा हिरवागार रंग यांची भेट होत होती.

"थांब रे ! एखादा शॉट घेऊ दे मला !"

खांद्यावरचा कॅमेरा सरकवीत मनसुख म्हणाला. फोटो घेणे हा त्याचा एक नारद होता. प्रेमचंदला आता आठवले आणि त्याबरोबर हेही आठवले, की मनसुखने काही काही 'खास' फोटोंचा जरा वेगळाच उपयोग करून घेतला होता–

प्रेमचंद गाडीत बसून राहिला. दोनचार शॉट झाल्यावर मनसुख परत गाडीत चढला व गाडी सुरू झाली. मनसुखने त्यांचे संभाषण एकदोनदा त्या चमत्कारिक घराच्या विषयाकडे नेण्याचा प्रयत्न केला; पण प्रेमचंद 'हो' किंवा 'नाही' यापेक्षा जास्त काहीच बोलला नाही. बुवाने सांगितलेली हकिकत त्याच्याही मनात घोळत होती; पण आता निदान मनसुखशी त्या विषयावर चर्चा करायची त्याची इच्छा नव्हती.

घाट हळूहळू जवळजवळ यायला लागला. आजच्या गाडीच्या गतीने त्यांना तेथपर्यंत पोहोचायला जवळजवळ वीस मिनिटे लागली. मग एक लहानसे कटिंग दूर झाले आणि एकदम ते घर दिसायला लागले.

घराचे तोंड पूर्वेला होते आणि आता त्यावर झगझगीत सूर्यप्रकाश पडला होता. त्या प्रकाशाने ते घर आणखीनच उजळून निघाल्यासारखे वाटत होते. घरासमोरच्या कडेला प्रेमचंदने गाडी थांबवली व तो घराकडे निरखून पाहू लागला.

बुवाच्या हकिकतीचा माझ्या मनावर इतका परिणाम झाला आहे? तो आश्चर्याने विचार करू लागला. कारण त्या घराच्या दृश्याने त्याच्या मनात मोठे विलक्षण विचार येत होते. सुंदर सेटिंग, आकर्षक बांधणी, एका प्रकारचा तोल हे सारे वरवरचे होते. त्याहीपेक्षा वेगळ्या व जास्त प्रभावी, अपरिचित अशा कल्पना त्याच्या मनात येत होत्या. त्या घराच्या वास्तूशी, रंगरूपाशी काडीमात्रही संबंध नसताना त्याला एकाएकी वेरावळमधल्या त्याच्या आजोबांच्या घराची आठवण येत होती. त्याच्या पत्नीच्या-कमलच्या-घराची आठवण येत होती. का? दोन्ही आठवणी मन सुखावणाऱ्या होत्या; पण आता का? सर्व गोष्टींचा चारी बाजूंनी विचार करणारे त्याचे मन अलिप्त राहून या स्मृतींचा मागोवा घेण्याची खटपट करीत होते-

मनसुख खाली उतरला होता व त्या छोटेखानी बंगलीकडे अगदी टक लावून पाहत होता. त्याच्याही चेहऱ्यावर एक प्रकारची उत्सुकता, एक नवीन आतुरता दिसत होती. त्याच्या चेहऱ्यावरचे भाव प्रेमचंदला आवडले नाहीत. मनसुख परत कॅमेरा उघडत होता. प्रेमचंद म्हणाला,

''त्यांच्या परवानगीशिवाय फोटो घेणे योग्य आहे का?''

''आणि आपण कोठे त्यांना सांगायला जाणार आहोत?'' कॅमेरा डोळ्याला लावता लावता मनसुख म्हणाला, ''माझ्याजवळ या घराचा फोटो असायला पाहिजे, असे मला वाटायला लागले आहे-''

शेवटचा 'क्लिक क्लिक' आवाज आला. कॅमेरा खांद्यावर टाकीत मनसुख पुढे निघाला. आणखी जवळून घर पाहण्याची त्याची इच्छा उघड दिसत होती. त्याला एकदा 'नको' म्हणून सांगावे असे प्रेमचंदला वाटले; पण मग त्यालाही इच्छा झाली की, घर जवळून पाहावे तरी !

रस्त्याच्या कडेला एक खूप मोठे वावर होते. ते तुडवूनच मग त्या घराचे कुंपण त्यांना गाठता आले. ओल्या गवतातून जाताना त्यांचे पाय गुडघ्यापर्यंत भिजले, तुडवल्या गेलेल्या गवताचा सुगंध पसरला; पण आता प्रेमचंदचे तिकडे लक्ष नव्हते. घर जसजसे जवळ यायला लागले, तसतशी त्याच्या मनाची चलबिचल वाढायला लागली होती.

शेवटी दोघे हिरव्यागर्द रंगाच्या फाटकापाशी येऊन उभे राहिले.

त्या वेळेपुरतीच गवताची सळसळ, पक्ष्यांची चिवचिव, सारे काही थांबले

होते. शांतता पसरली होती. समोरच्या घरात व त्याच्या आसपासही पूर्ण स्तब्धता होती. उघड्या खिडक्यांवरचे पडदे सरळ खाली आले होते. उघड्या दारावरचा पडदाही सरळ खाली आला होता. घरात कोणीतरी असेलच ना? कितीही निश्चल बसले तरी इतके शांत राहू शकेल? त्यांच्या हालचालीची काही ना काही तरी जाणीव होणार नाही का? प्रेमचंद मनाशी विचार करीत समोर पाहत होता.

शांततेच्या कोषात ते घर उभे होते; पण निर्जीव वाटत नव्हते. त्यात एक प्रकारचा जिवंतपणा होता. वाऱ्याने तापलेली हवा अदृश्य राहूनसुद्धा अस्तित्वाची कल्पना देते, तशी त्या घरात एक प्रकारची धग होती. हा आपल्या मनाचा स्वतंत्र विचार आहे, की बुवाच्या गोष्टीच्या मागे राहिलेला वारसा आहे, हे मात्र प्रेमचंदला सांगता आले नसते.

फाटकातून मनसुख आत निघाला होता. प्रेमचंद एकदम म्हणाला,

''अरे ! अरे ! ओळखदेख नाही, एकदम आत कसा जातोस?''

''चल रे प्रेमचंद ! कोणी भेटलेच तर सबबी हजार सांगता येतील ! आणि तुला खरे सांगू का ! मला नाही वाटत आता त्या घरात कोणी आहे असे.''

''पण आत जायची काय जरूरी आहे? आपण पाहिले ना येथून?''

''माझे समाधान झालेले नाही-'' मनसुख म्हणाला व त्याने फाटक ढकलले. कुईकुई आवाज झाला. मनसुख आत निघाला आणि त्याच्या मागोमाग जाण्याशिवाय प्रेमचंदला गत्यंतर राहिले नाही.

पायाखालील गवत एखाद्या स्प्रिंगसारखे लुसलुशीत होते. त्यांची पावले उचलली गेली की ते परत ताठ होत होते. ते चिरडले जात नव्हते व मघाच्या माळरानासारखा त्याचा सुगंधही दरवळत नव्हता.

मनसुख दारापाशी पोहोचला. एक पाय पायरीवर ठेवून तो म्हणाला,

''हॅलो ! हॅलो ! घरात आहे का कोणी? हॅलो !''

त्याच्या हाकेला उत्तर आले नाही. आवाज त्या शांततेत जणू शोषला गेला.

''आत एक चक्कर टाकून यायची का?'' मनसुख म्हणाला.

''तुला वेड नाही ना लागले? ट्रेसपासर म्हणून कोर्टात खेचतील ना!''

''कोण?''चमत्कारिक आवाजात मनसुख म्हणाला. आणि प्रेमचंदलाही प्रश्न पडला. खरोखरच कोण? या घराचा मालक आहे तरी कोण?

‘‘तुला यायचे असेल तर ये, नाहीतर दाराशी थांब ! अगदी पाच मिनिटात मी परत येतो-’’ बोलता बोलता मनसुख आत गेलासुद्धा.

चुळबुळ करीत दहा मिनिटे प्रेमचंद दाराबाहेर थांबला.

‘‘मनसुख !’’ त्याने मोठ्याने हाक मारली.

‘‘आलोच ! एक मिनिट !’’ आतून कोठून तरी आवाज आला.

दोन मिनिटांनी प्रेमचंदने परत त्याला हाक मारली. त्याला आता जराशी अस्वस्थता वाटायला लागली होती. त्याच्या हाकेला उत्तर आले नाही असे पाहताच तो घरात शिरला -

प्रेमचंद आता जर त्या अनुभवाचे वर्णन करायला लागला तर त्याला एक गोष्ट प्रामुख्याने आठवते - सर्व घराचा, जागेचा सामानाचा, नवेपणा ! ‘न राहिलेपणा’ हाच शब्द त्याला योग्य वाटतो. खालचा रंग, बाजूंनी मांडलेले फर्निचर सर्व काही एखाद्या दुकानातल्या वस्तूसारखे नवे वाटत होते. नवे कोरे ! अगदी हातसुद्धा न लावलेले !

प्रकाश तर भरपूर होताच; पण तोही वेगळाच वाटत होता. त्याच्या मनात अशी एक विलक्षण कल्पना आली, की हा आतला सूर्यप्रकाश सरळ आलेला नाही. तो एखाद्या खूप मोठ्या आरशावरून आत फेकल्यासारखा, परावर्तित झाल्यासारखा वाटतो-

ही सर्व विचित्रपणाची जाणीव आणि मनसुखची काळजी याच्या भरात त्याचे घरातल्या जिनसांकडे जितके बारकाईने लक्ष जावयास हवे होते तितके गेलेले दिसत नाही. कारण त्याला ‘घरात काय काय होते?’ या प्रश्नाचे नि:संदिग्ध उत्तरच देता येत नाही. पुन्हा एकदा त्याच्या मनाची गुंतागुंत झाली होती, कारण त्याला एकसारखी आजोबांच्या घराची आठवण येत होती-

हे सारे विचार मागाहूनचे आहेत. त्या घटकेला तो मनसुखला मोठ्याने हाका मारीत घरात शिरला. बाहेरची खोली हॉलवजा होती, प्रशस्त होती, पण रिकामी होती. समोरच्या दोन्ही-तिन्ही भिंतीत दारे दिसत होती व ती सर्व उघडी होती. त्याने मनसुखला पुन्हा एकदा हाक मारली व आता मात्र त्याची अस्वस्थता आणखीच वाढली.

कारण त्याची हाक एखाद्या खूप मोठ्या खोलीत मारल्यासारखी घुमली व हळूहळू अस्पष्ट होत गेली. प्रेमचंद होता तेथेच जरा वेळ आश्चर्यचकित होऊन

उभा राहिला आणि मग घाबरून अगदी एखाद्या वेड्यासारखा या खोलीतून त्या खोलीत असा धावायला लागला.

मध्येच एकदा एका प्रशस्त जिन्यावरून धाडधाड पायऱ्या चढत वर गेल्याचे त्याला आठवते. प्रत्यक्ष जिना चढतानासुद्धा त्याला सारखे वाटत होते – येथे जिना कसा आला? घराच्या बाहेरच्या रूपावरून तर आत एवढा प्रशस्त दुसरा मजला असेल असे वाटत नव्हते – आणि या एवढ्या खोल्या? कारण मनसुखचा शोध करीत आपण अनेक आणि तेव्हा तरी वेगवेगळ्या वाटणाऱ्या खोल्यांतून धावत गेलो, असे त्याला पक्के आठवते –

बऱ्याच धावपळीनंतर तो परत एकदा खालच्या हॉलमध्ये आला आणि दारातून मनसुख हॉलमध्ये येताना त्याला दिसला. प्रेमचंदच्या ओठावर आलेले शब्द तसेच राहिले. मनसुखच्या चेहऱ्याकडे त्याने एकच नजर टाकली व तो जागच्या जागी थबकला –

मनसुखच्या चेहऱ्याकडे त्याने फार वेळ पाहिलेही नाही – पण त्याला वाटले, माणसाच्या मनावर असलेले सुसंस्कृतपणाचे आवरण दूर झाले की आतला रानटी मानव असाच दिसत असेल ! वरचे हे पातळसर पापुद्रे सोलून काढल्यावर आतला गाभा असाच हिडीस, असाच किळसवाणा दिसत असेल ! मनसुखच्या चेहऱ्यावर एक पाशवी अपेक्षा होती – त्याच्या डोळ्यात एक आसुरी लालसा होती –

प्रेमचंदला तो चेहरा पाहून शिसारीच आली !

आणि या साऱ्यावर मात म्हणूनच की काय मनसुखला प्रेमचंदच्या अस्तित्वाची कल्पनाही नव्हती ! तो आपल्या कोठल्या तरी विचित्र आणि घाणेरड्या कल्पनाविश्वात गुंग झाला होता –

प्रेमचंदने त्याच्या खांद्यावर हात ठेवला तेव्हा तो एकदम मोठ्यांदा दचकला व रागाने प्रेमचंदपासून मागे सरला.

''मनसुख !'' प्रेमचंद ओरडला – ''चल ! येथे जास्त वेळ थांबता कामा नये ! आताच्या आता बाहेर चल !''

''नो ! नो !'' मनसुख घोगऱ्या आवाजात म्हणाला, ''प्रेमचंद, अरे येथे काय आहे याची तुला कल्पना तरी आहे का? मला कल्पना नव्हती की–की – अशी ठिकाणे असतील – नो–नो–'

याचे मन भानावर नाही, प्रेमचंदने विचार केला व पुढचा मागचा विचार न करता मागच्या बाजूने मनसुखला दोन्ही हाताने गच्च आवळले व फरपटत त्या घराच्या दाराबाहेर काढले-

मनसुखने त्याच्या मिठीतून सुटण्यासाठी किती धडपड केली ! तो पाय रोवून उभा राहण्याचा प्रयत्न करीत होता, प्रेमचंदच्या हाताला चावा घेण्याचा प्रयत्न करीत होता, मोठमोठ्याने ओरडत होता-

''तुला जायचे तर जा ना ! मला राहू दे ! मला राहू दे !''

दारापर्यंतची पाचदहा पावले प्रेमचंदने कशी तरी काढली व तो दाराबाहेर पडला आणि त्याच क्षणी मनसुखची धडपड एकदम थांबली. सकाळच्या उन्हात ते दोघे मित्र एकमेकांकडे पाहत उभे राहिले व मग घाम पुसत मनसुख म्हणाला,

'प्रेमचंद, मला माफ कर हं ! मी अगदी पोरकटपणाने वागलो !''

एक मोठा सुस्कारा सोडून प्रेमचंदने गाडीची वाट धरली. त्याच्या मनाचे अजून पुरे समाधान झाले नव्हते आणि याला कारण हेही असेल, की मध्येच एकदोनदा त्याने मनसुखकडे एकदम पाहिले, तेव्हा त्याला दिसले, की मनसुखची नजर अजून त्या घरावरच - सुदैवाने दूर दूर जाणाऱ्या त्या घरावर - खिळलेली आहे...

गावाकडच्या परतीचा प्रवास जवळजवळ शांततेत पार पडला. प्रेमचंदने मनसुखला अनेक प्रकारांनी विचारायचा प्रयत्न केला; पण मनसुखला त्याबद्दल काही बोलायचे नव्हते, हे उघड दिसत होते व मग प्रेमचंदनेही तो नाद सोडून दिला.

मनसुख कॅमेरातली संपलेली फिल्म काढण्यात गुंतला होता. या साध्या कामाला तो नेहमीपेक्षा जास्त वेळ लावत आहे असे प्रेमचंदला वाटले - त्याला आपल्याशी बोलायचे नसले तर न बोलू दे ! प्रेमचंदने विचार केला.

दुपारी एकच्या सुमाराला जेवणे झाली. जेवतानाही मनसुख एक प्रकारच्या विमनस्क मनःस्थितीत होता. एकदोनदा प्रेमचंदला वाटले, की तो आता काही तरी बोलणार आहे; पण मनसुखचा विचार बदललेला दिसला. प्रेमचंदने ठरवले होते, की आपण होऊन काही विचारायचे नाही.

जेवणानंतर दोघे हॉलमध्ये वर्तमानपत्रे चाळीत बसले होते. ताज्या बातम्या व व्यापारी कॉलम यांवरून प्रेमचंद नजर फिरवीत होता. मनसुख हातात

वर्तमानपत्र घेऊन बसला होता खरा; पण त्याचे वाचण्यात अजिबात लक्ष नव्हते. एक प्रकारच्या अस्वस्थतेने तो तीच तीच पाने उलटीसुलटी करून पाहत होता. शेवटी त्याने हातातला पेपर रागाने खाली टाकला-

"ऑल राइट ! प्रेमचंद, आपण या विषयाचा एकदा शेवट करून टाकू."

त्याची उत्कंठा पाहून प्रेमचंद मुद्दाम थंड आवाजात म्हणाला,

"वेल ! मघाशी मी तुला विचारायचा खूप प्रयत्न केला ! पण तुझी तर एक अक्षर बोलायची इच्छा दिसली नाही !"

"मघाचे राहू दे ! मी त्या वेळी बोलायच्या मन:स्थितीत नव्हतो !" आय वॉज मच अगेन अप !"

"ठीक आहे- मग आता ठिकाणावर आलास का?"

"तुझा शिष्टपणा पुरे, प्रेमचंद ! मी त्या घरात परत जाणार आहे !" प्रेमचंद एकदम ताठ बसला. हे सीरियस होते.

"मनसुख, माझा सल्ला घ्यायचा असला, तर तू परत जाऊ नकोस ! त्या- त्या- जागेत पाऊलही टाकू नकोस !"

"आणि का ते म्हणून?"

"कारण तेथे धोका आहे ! मी त्या घरात पाचसात मिनिटेच असेन- पण प्रत्येक क्षणी मला भीती वाटत होती - तेथे काहीतरी वेगळेच आहे, काहीतरी भयंकर आहे ! तू परत जाऊ नकोस असे मला मनापासून वाटते-"

"आत काय आहे याची तुला काडीइतकीही कल्पना नसली तरी?"

"मला ते जाणून घ्यायची अजिबात इच्छा नाही !"

"द मोअर फूल यू ! तुला कल्पना नाही म्हणून तू असा बोलतोस !"

"आणि एवढे आहे तरी काय तेथे?" जरा रागाने प्रेमचंदने विचारले.

पण त्या प्रश्नाचा मनसुखवर विलक्षण व अनपेक्षित परिणाम झाला. त्याच्या चेहऱ्यावर एक प्रकारचा जडपणा आला. चेहऱ्यावरच्या रेषा बदलल्या, परत एकदा विचारांच्या जागी पाशवी विकार आले. परत एकदा तो रानटी, हिंस्त्र, लालचावलेल्या आदिमानव मनसुखच्या डोळ्यांतून बाहेर पाहू लागला. ही आतून येणारी ऊर्मी इतकी प्रखर होती, की तिच्या दाबाखाली त्याच्या चेहऱ्याची मूळ रचनाही बदलल्यासारखी वाटली. एक क्षणभर प्रेमचंदला त्याच्या समोर पसरट नाकाचा, उतरत्या कपाळाचा, दाट भुवयांचा, आत गेलेल्या हनुवटीचा,

पिवळ्याकाळ्या दातांचा, पृथ्वीवरच्या रानावनातून लाखो वर्षांपूर्वी वावरणारा अश्मयुगीन मानव दिसला व मग मनसुखचा चेहरा निवळला. आतली उलघाल त्याने आटोक्यात आणली; पण त्या प्रयत्नात त्याच्या शिरा ताठ झाल्या होत्या. कपाळावर घाम चमकायला लागला होता. तो आवळलेल्या हातातून म्हणाला,

''प्रेमचंद, माणसाला जे जे हवे ते ते त्या घरात आहे !''

आणि या सर्वव्यापी वाक्याला मनसुखच्या डोळ्यातली पिपासा आणखी नवा, आणखी खोल, आणखी घाणेरडा अर्थ देत होती. पुढे काहीही जाणून घ्यायची प्रेमचंदची इच्छा नव्हती. लहानसहान मोह, लहानमोठे साधे प्रमाद त्याला समजू शकत होते. जगात राहावयाचे तर जग जसे वागेल तसे वागावेच लागत होते आणि अशा किरकोळ गैरवर्तणुकीला विरोध करण्याइतका तो महामूर्ख नव्हता किंवा महान संतही नव्हता.

पण येथे काहीतरी वेगळेच होते. मनसुखला लागलेली ही ओढ – त्याला पडलेली ही भुरळ – या साऱ्या गोष्टी आजच्या काळातल्या नव्हत्या. लाखो वर्षांपूर्वी रानटी अवस्थेतही मानवाने त्या गाडून टाकल्या होत्या.

नो ! नो ! त्याला यापेक्षा जास्त खोलात जायचेच नव्हते !

''वेल ! मी काही तुला प्रत्यक्ष अडवू शकणार नाही !'' प्रेमचंद म्हणाला, ''पण एक गोष्ट मी खास करू शकेन. माझा पाहुणा म्हणून तू या घरी आला आहेस, तोपर्यंत मी तुला तसले काही करू देणार नाही !''

''म्हणजे?'' मनसुखने आश्चर्याने विचारले.

''तुला त्याआधी माझे घर सोडावे लागेल आणि तेही मीच स्वत: करीन. माझ्याबरोबर मुंबईला चल, नाहीतर मी तुला स्टेशनवर पोहोचवितो. मग माझा संबंध संपला. मग तुला काय हवे ते कर !''

''द परफेक्ट होस्ट, अं? प्रेमचंद, अशाने का मी ते सोडणार आहे?''

''ते येथून करू नकोस ! मग माझा काही संबंध नाही !''

''ऑल राइट, डॅम यू ! मला स्टेशनवर सोड !'' मनसुख रागाने म्हणाला. त्याच्या रागाची पर्वा करण्यापलीकडे आता प्रेमचंद गेला होता.

''जशी तुझी इच्छा ! पाचला गाडी आहे. आपण चारला निघू.''

उरलेले दोनतीन तास दोघेही हॉलमध्येच बसून होते; पण त्यांचे एकमेकांशी काहीही बोलणे झाले नाही. त्याला येथे आणले हीच चूक केली, असे आता

प्रेमचंदला वाटत होते. मनसुखच्या मनात काय विचार चालले होते, ते कळणे कठीण होते; पण मधूनमधून त्याची उपहासाची, रागाची नजर प्रेमचंदवरून फिरत होती.

बरोबर चारला गड्याने चहा आणला. चहाचा कप मनसुखपुढे करीत, सरळ स्वभावाचा प्रेमचंद म्हणाला,

''मनसुख, माझ्या वागण्याने रागावणार नाहीस अशी माझी खात्री आहे. त्या घराबद्दल तुला एकाएकी वाटू लागलेले आकर्षण नैसर्गिक नाही असे मला वाटते. म्हणून माझी ही सारी धडपड !''

''मला काय होणार आहे अशी तुला भीती वाटते, प्रेमचंद?''

''अगदी भीतीच वाटते अशातला भाग नाही; पण आतापुरती तुझी जबाबदारी माझ्यावर आहे हे विसरू नकोस.''

मनसुख काहीच बोलला नाही.

गाडीला दहा मिनिटे असताना ते स्टेशनवर पोहोचले. मनसुखच्या बॅग्ज गडी उतरवून घेत होता. हा शेवटचा क्षण प्रेमचंदला फार अवघड गेला. त्याच्याकडे राहायला म्हणून आलेल्या पाहुण्याला त्याने जवळजवळ घराबाहेर काढले होते – मग ते किती का सभ्य शब्दात असेना ! पण मनसुख सारे काही हसण्यावारीच नेत असावा असे दिसले.

''वेल? चिरीयो; सी यू इन बॉम्बे !'' तो हात पुढे करीत म्हणाला.

तोंडातल्या तोंडात काहीतरी पुटपुटत प्रेमचंदने त्याचा हात एक क्षणभर हातात घेतला व खाली सोडला. गाडी सुटण्याची वाट न पाहता मनसुख आत जाऊन गडी बाहेर येताच तो घरी परतला.

त्याची सुटी पार स्पॉइल झाली होती. ते विलक्षण घर, बुवाची चमत्कारिक हकिकत आणि मनसुखचे लोकविलक्षण वागणे, या साऱ्यांचाच त्याच्या मनावर कल्पनेपेक्षा जास्त परिणाम झाला होता.

एक-दोन दिवस त्याने बंगल्यावर काढून पाहिले; पण मन येथे रमत नाही हे पाहताच त्याने मुंबईची वाट धरली.

घाटाच्या पायथ्याजवळून गाडी जाताना त्याने उजवीकडे पाहिले.

ते नवे घर आपल्या रहस्यमय कोषात गुरफटून उभे होते.

प्रेमचंद मुंबईस आला व त्याच्या व्यवहारात गुंतला. सुरुवातीस क्लबमध्ये

वगैरे मित्रांनी सुटीसंबंधी विचारले; पण सांगण्यासारखे- निदान त्रयस्थांना तरी सांगण्यासारखे त्याच्याजवळ काही नव्हते. त्या वेळी त्याला त्या चमत्कारिक अनुभवाची दरवेळी आठवण यायची, पण पुढे हळूहळू तो विषय जुना झाला व प्रेमचंद सारे विसरून गेला. निदान बाह्यत: तरी ! पण एका दुपारी ऑफिसमध्ये त्याला एक टेलिफोन आला व सुटीतला क्षण आणि क्षण त्याच्या समोर स्पष्टपणे उभा राहिला.

''हॅलो ! यस. प्रेमचंद हिअर-कोण आहे?''

फोनवरच्या व्यक्तीने काही तरी नाव दिले; पण ते प्रेमचंदच्या ध्यानात राहिले नाही. कारण त्याचे लक्ष पुढच्या प्रश्नाने एकदम वेधून घेतले.

''मनसुख आपल्याला भेटला होता का?''

''मनसुख? नाही बुवा ! तो तर आठ-दहा दिवसांपूर्वीच परत आला.''

प्रेमचंद सहज बोलत होता खरा; पण त्या प्रश्नाने त्याला एकाएकी धक्का दिला होता. मधल्या त्या अस्वस्थतेच्या चारपाच दिवसांत मनात आलेल्या व त्या वेळी अतिरंजित वाटलेल्या शंकाकुशंका आता उग्र व भयानक रूप धारण करून त्याच्या डोळ्यांसमोर थैमान घालू लागल्या.

''यस-यस - ते मला माहीत आहे. त्यानंतर तो मला भेटलाही होता; पण पुढची अपॉइंटमेंट टळली म्हणून मी चौकशी करीत आहे.''

''त्याचा ब्लॉक, हॉटेल, क्लब सगळीकडे चौकशी केलीत?''

''जिकडे जिकडे तो जाण्याची शक्यता होती, ती सर्व ठिकाणे पाहिली.''

''मग?''

''माझ्या भेटीनंतर त्याला कोणीही पाहिले नाही !''

''असे करा. एक फेव्हर करा. आजच्या दिवस चौकशी करा आणि काही कळले नाही, तर उद्या ऑफिसमध्ये या. जमेल?''

''अं- पाहीन- माझे काम काही तितके महत्त्वाचे नाही.''

''नो नो ! मला तुमची गाठ घ्यायची आहे !'

''ओ के - येईन मी.''

फोनवरचे हे संभाषण झाले आणि प्रेमचंदच्या मनाची शांतता पार उधळली गेली. मनाच्या अस्वस्थतेचे मूळ त्याला सापडत नव्हते; पण एक क्षणभरही चैन पडत नव्हते. वास्तविक या प्रकाराशी त्याचा खरा व्यक्तिगत संबंध नव्हता

आणि मनसुखबद्दलही त्याला खास अशी काही सहानुभूती वाटत होती, अशातलाही भाग नव्हता. त्याच्या अस्वस्थतेचे कारण याहीपेक्षा खोल कोठे तरी दडले होते.

दुपारी पुन्हा एकदा फोन आला. फोनवरच्या कालच्याच व्यक्तीने सांगितले की, मनसुखचा अजून तपास लागलेला नाही.

"मग असे करा - आताच तुम्ही इकडे या." प्रेमचंद म्हणाला.

"यस - दहाएक मिनिटात"-

ऑफिसमध्ये आलेला माणूस मध्यमवयीन व मध्यमवर्गातला वाटत होता. त्याच्या चेहऱ्यावर फारशी चिंता किंवा काळजी अशी दिसत नव्हती. एक क्षणभर प्रेमचंदला मनसुखची कीव आली.

"मनसुखचा काही पत्ता नाही लागत म्हणता?"

"नो - आणि त्याचे मित्रही आता जराशी काळजीच करायला लागले आहेत." बोलणारा या वर्गातला नव्हता हे उघड होते.

"तुम्हाला मी येथे बोलावून घेतले त्याचे नवल वाटले असेल?"

"वेल, आय डोंट माइंड ! मनसुख गडप झाल्याने माझे तसे काही नुकसान झालेले नाही; पण काही अपेक्षित फायदा होणार होता तो मात्र बुडाला. तो तुमच्याबरोबर व्हेकेशनवर आला होता, नाही?"

"आला होता; पण शेवटपर्यंत राहिला नाही. एकाएकी मध्येच तो मुंबईला निघून आला. मीही त्याने जरा अपसेट झालो होतो."

"आता तुम्ही हे सांगताच आहात. माझी त्याची गाठ पडली, तेव्हा मलाही वाटले की, की - त्याच्या मनात काहीतरी आहे. मी बोलत होतो तिकडे त्याचे अर्धवट लक्ष होते. मागाहून मी नीट विचार केला तेव्हा मला वाटायला लागले, की ही आमची भेटसुद्धा त्याच्या इच्छेविरुद्ध, योगायोगानेच झाली होती. रस्ता ओलांडून मी जर त्याच्याशी बोलायला गेलो नसतो, तर त्याचा विचार बहुतेक मला टाळून पुढे जाण्याचा होता."

"तो - तो - मनसुख कसा काय वाटला तुम्हाला?"

"मी त्याला आज बरेच दिवस ओळखतो." तो गृहस्थ म्हणाला, "तो मोठा अवलिया होता. त्याच्या डोक्यात हजारो बेत शिजत असायचे आणि त्याचा जर असा एखादा प्लॅन चालला असला तर त्याच्या डोळ्यात एक खास चमक असायची."

"बरे मग?"

"त्याच्या एकंदर बोलण्यावरून व डोळ्यांवरून माझी खात्री झाली, की याही वेळी स्वारीचा काहीतरी खास बेत रचणे चालले आहे आणि या वेळी काही तरी माठी उलाढाल असली पाहिजे. मनसुखचे इतर गुणदोष काही असोत, दिलेली अपॉइंटमेंट त्याने कधी चुकवलेली मला आठवत नाही. तेव्हा या वेळी तो भानावर नसावा." जरा विचार करून तो गृहस्थ पुढे म्हणाला, "अर्थात मी असे बोलताना त्याच्यावर अन्यायही करीत असण्याचा संभव आहे ! असेही असेल, की त्याचे काहीतरी कार्य त्याच्या अपेक्षेप्रमाणे मुदतीत झाले नसेल ! तो कोठे तरी गुंतून पडला असेल."

प्रेमचंदने मुलाखत आटोपती घेतली. त्याला हवी ती माहिती मिळाली होती. त्या गृहस्थाचे शेवटचे वाक्य त्याच्या मनातून काही केल्या जात नव्हते.

मनसुख कोठे तरी गुंतून पडला असेल.

आणि हे सर्व कमी होते म्हणूनच की काय, गावावरून एक पत्र त्याच्या ऑफिसात येऊन धडकले. रखवालदाराने ते पाठवले होते.

"गेल्या आठवड्यात फार गोंधळ झाला. गावातली एकदोन पोरे नाहीशी झाली आणि मग त्या मागोमाग पाटलाची तरणी बांड पोर एकाएकी दिसेनाशी झाली. घाटपायथ्यापासच्या घराचा गावात एव्हाना फार बोभाटा झाला होता. पाटलालाही कोणी तरी एकदोनदा बजावले होते, की तुमची पोर तरणी आहे, अजाण आहे, शेतावरून येता येता मुद्दाम मधल्या वाटेने येते व त्या नव्या बंगलीच्या आसपास घुटमळत असते. ही शहरातली पैसेवाली माणसे ! कोण खरी, कोण खोटी सांगता येत नाही. पोर नाहीशी झाली आणि पाटलाला जणू वेडच लागले ! सारा गाव डोक्यावर घेतला. आधीच असा रागाचा भडका उडालेला, त्यात रात्री कोणी तरी तेल ओतले ! रात्रीच वीस-पंचवीस जवान सारे बंगल्यावर गेले. त्यांनी काय केले कुणास ठाऊक ! पण दुसऱ्या गवतावर एक काळा डाग तेवढा मागे राहिला होता. बंगल्याचा, कुंपणाचा, कशाचा मागमूस राहिलेला नाही."

"शेठ, मी त्यांच्यापैकी एकदोघांना त्यानंतर भेटलो व त्या रात्री काय झाले हे काढून घ्यायचा प्रयत्न केला; पण कोणी काही बोलायलाच तयार नाही. त्यांना तेथे काही तरी वेगळाच अनुभव आला आहे, कारण त्यांच्यासारखी भ्यायलेली माणसे मी कधी पाहिली नाहीत."

प्रेमचंदने पत्र टेबलावर टाकून दिले. योगायोग कसा होता ! मनसुखच्या नाहीसे होण्याचा व त्या चमत्कारिक घराचा खरोखरीच काही संबंध असलाच, तर आता तपास करायलासुद्धा काही बाकी राहिलेले नव्हते ! त्याने चडफडत स्वत:ला दोष दिला. आपण पूर्वीच ही गोष्ट जाहीर का नाही केली? त्यातून खरोखर काही निघो वा न निघो, ही चुकीची टोचणी तरी जन्मभर मागे राहिली नसती. कारण जसजसे दिवस गेले तसतशी सर्वांची खात्री पटली, की मनसुख पार नाहीसा झाला आहे. त्याच्या मित्राशी त्याने शेवटचे संभाषण केल्यावर त्याचा अजिबात थांगपत्ताच लागत नव्हता. भूमीने एखाद्याला गडप करावे व त्याची खूणसुद्धा मागे राहू नये, असेच मनसुखच्या बाबतीत घडले होते !

सुरुवाती सुरुवातीस प्रेमचंदच्या मनात या सर्व प्रकाराबद्दल - मनसुखला लागलेली त्या घराची ओढ, पाटलांच्या मुलीचे त्याच त्या घराभोवती घुटमळणे आणि दोघांचे एकदम नाहीसे होणे (रखवालदारच्या हकिकतीवर विश्वास ठेवायचा म्हटले, तर गावातल्या आणखीही काही मुलांचा पत्ता लागत नव्हता.) खूप विचार चालायचा; पण त्या घराचा आगीत नाश झाल्यानंतर त्याच्या शब्दांना प्रत्यक्ष पुरावा असा काहीच राहिला नव्हता व मनातले मनातले विचार मनात ठेवण्यापलीकडे तो काहीच करू शकत नव्हता. काही काही वेळा त्याला असे वाटे, की एक फार महत्त्वाची गोष्ट आपण विसरून गेलो आहोत. या प्रकारणातला एक महत्त्वाचा दुवा आपल्या मनात कोठे तरी दडून बसला आहे; पण कितीही प्रयत्न केले, तरी त्याला ते काय ते मात्र आठवले नाही. विनाकारण डोकेदुखी मात्र पदरी आली.

दोनअडीच महिन्यांनी त्याला गॅरेजचा फोन आला. ही पद्धत नेहमीची होती. त्याने गॅरेजला सूचना देऊन ठेवली होती, की साधारणपणे तीन महिन्यांनी, त्यांना सवड होताच त्यांनी फोन करून सर्व्हिसिंगसाठी गाडी घेऊन जायची. त्याला बाहेर कोठे जायचे नव्हते व त्याने गाडी घेऊन जायला मेकॅनिकला पाठवून द्या, असे त्यांना कळवले. मेकॅनिक आला, त्याने गाडीतले सर्व सामान काढून गॅरेजमध्ये ठेवले व डॅशबोर्डच्या कप्प्यातली कागदपत्रे, बारीकसारीक सामान हॉलमध्ये आणून ठेवले आणि प्रेमचंदने ते दुपारी पाहिले.

त्यातील निरुपयोगी कागदपत्रे, पाकिटे वगैरेंची वासलात लावण्यासाठी त्याने तो गठ्ठा उलटासुलटा केला आणि त्याला त्या गठ्ठ्याखाली असलेला फिल्मचा

रोल दिसला. एवढ्यात आपण कोठे फोटो घेतले याचा विचार तो करीत असताना त्याला ते आठवले.

मनसुखने शेवटच्या दिवशी घेतलेले ते फोटो होते ! त्या दिवशी त्याने फिल्म काढून समोरच्या कप्प्यात ठेवली होती व पुढे वादावादीत ती तो तेथेच विसरला होता. मनसुखची शेवटची आठवण ? त्याने खेदाने विचार केला व फिल्म डेव्हलप – प्रिंट करण्यासाठी फोटोग्राफरकडे पाठवून दिली व तेही तो विसरून गेला.

सातआठ दिवसांनी इतर मेलबरोबर फोटोग्राफरकडून आलेले तेही एक पाकीट त्याच्या टेबलावर आले. पुन्हा एकदा मनसुखची आठवण काढीत त्याने आतले फोटो व निगेटिव्हज् बाहेर काढल्या. त्यात मनसुखने घेतलेले त्या घराचेही फोटो असतील, त्याला वाटले. त्याने सर्व फोटो एकवार चाळून पाहिले; पण त्याला घराचा एकही फोटो दिसला नाही.

एकाएकी त्याच्या मनात कोठेतरी स्मृती जागी झाली.

हेच ते ! आपण पाहिले होते व विसरून गेलो होतो.

एक एक फोटो त्याने निरखून पाहायला सुरुवात केली. त्याच्या स्वत:च्या घराचे, स्वत:चे लांबवरून घेतलेले, घाटातल्या देखाव्याचे फोटो त्याला सहज ओळखता आले व ते त्याने बाजूस ठेवले. त्याला पक्के आठवत होते, की रस्त्यावर उभे राहून मनसुखने त्या घराचे कमीत कमी तीन स्नॅप घेतले होते. जास्तसुद्धा असतील; पण येथे तर घराचा एकही फोटो दिसत नव्हता.

मात्र त्या डोंगराच्या पायथ्याचे चार फोटो गठ्ठ्यात होते. त्यात खास असे काही नव्हते; पण हेच ते घराचे फोटो असले पाहिजेत ! त्याची खात्री होताच त्याने ते चारी फोटो बारकाईने पाहिले व मग एकाएकी त्याचे हात थरथर कापायला लागले; कारण ते फोटो संपूर्णपणे निरर्थक नव्हते. त्यात काहीतरी दिसत होते !

खुर्चीवरून उठून प्रेमचंद खिडकीपाशी आला व ते फोटो निरखून पाहू लागला. आता संशयाला जागाच नव्हती. फोटोचा फोकस अगदी शार्प होता. डोंगरही स्पष्ट आला होता व जवळच्या झाडाचा एक भागही स्पष्ट आला होता; पण मधल्या भागात, जेथे ते घर असावयास हवे होते, तेथे अगदी अस्पष्ट असे काही तरी दिसत होते. ते खरोखर काय आहे याची प्रेमचंदला कल्पनासुद्धा

करता येईना. काचेच्या किंवा काचेसारख्या पारदर्शक प्लॅस्टिकच्या धाग्यांची, तारांची किंवा विणलेल्या कापडासारख्या पदार्थाची ती एक खूप मोठी जाळी असावी असे वाटत होते. पण हा काय प्रकार होता? ते तर एखाद्या-एखाद्या...

पिंजरा ! तो विचार मनात येताच प्रेमचंदला भयंकर मोठा धक्का बसला. यस् ! त्यात शंका नव्हती ! ते अगदी एखाद्या पिंजऱ्यासारखे दिसत होते ! प्रेमचंदला एकापाठोपाठ सर्व प्रसंग आठवू लागले व त्यातून जसजसा एक महाभयानक अर्थ सूचित होऊ लागला, तसतशी प्रेमचंदची अवस्था कठीण होत चालली.

त्याच्या डोक्यात विचारांचा नुसता कोलाहल माजला होता. या असल्या भयंकर गोष्टी सत्य असणे शक्य नाही, असे त्याचे भेदरलेले मन त्याला ओरडून सांगत होते; पण त्या खऱ्या आहेत याचा प्रत्यक्ष पुरावा त्याच्या हातात होता. त्या क्षणी होता !

जरा वेळाने त्याच्या मनातली वावटळ शांत झाली. एक निश्चय त्याने तिथल्या तिथे केला. हातात आणखी पुरावा (म्हणजे अर्थात एनलार्ज केलेले फोटो) आल्यावर मग एखाद्या जाणत्या व विचारी माणसाशी चर्चा केल्याशिवाय एकट्याने कोणतेही वेडेवाकडे निष्कर्ष काढायचे नाहीत व स्वत:ला घाबरवून घ्यायचे नाही !

त्या चारी निगेटिव्हज् त्याने परत फोटोग्राफरकडे पाठवल्या व चारींचे खूप मोठे प्रिंटस् काढवून आणवले. फोटोग्राफरला आपल्या वागण्याचे आश्चर्य वाटले असेल, त्याच्या मनात विचार आला; पण मोठे फोटो पाहिल्याबरोबर हा विचार कोठच्या कोठे गडप झाला.

कारण त्याच्या प्रत्येक फोटोत त्या शेताच्या मध्यभागी ती जवळजवळ पारदर्शक अशी विलक्षण रेषाकृती दिसत होती ! त्याच्या मनातली उरलीसुरली शंका आता नाहीशी झाली होती !

प्रेमचंदची एवढी खात्री पटली होती, की नेहमीपेक्षा काही तरी वेगळ्या आणि कदाचित धोक्याच्या प्रसंगातून आपण गेलो आहोत; पण कोणा तरी जाणकार माणसाशी चर्चा केल्याशिवाय या प्रसंगाचे नीट स्पष्टीकरण होणार नाही, असेही त्याला वाटत होते, मात्र त्याचा अनुभव सकृद्दर्शनीच इतका अविश्वसनीय होता, की तो हे कोणाला सांगायला गेला, तर ऐकणारा त्यालाच मूर्खात

काढण्याचा संभव होता. आणि सरतेशेवटी त्याच्याजवळ प्रत्यक्ष पुरावा असा काय होता? त्याचे शब्द व जोडीला दोनतीन फोटोग्राफ्स ! त्यावर ओरखडच्यासारख्या वाटणाऱ्या रेषा ! नाही, कोणाजवळ सहजासहजी सांगण्यासारखी ही गोष्ट खास नव्हती.

–आणि मग त्याला आपल्या क्लबमधले ओळखीचे गृहस्थ सेन आठवले. कलकत्ता आणि सागर युनिव्हर्सिटीत प्राध्यापकाची नोकरी करून आता ते सेवानिवृत्त झाले होते व मुंबईत स्थायिक झाले होते. प्रेमचंदला असे वाटले, की त्यांना सांगायला हरकत नाही. त्यांचे ज्ञान सखोल होते, आयुष्याचा भरपूर अनुभव होता, विनाकारण टीका करण्याची पाखंडी मनोवृत्ती नव्हती. फक्त सांगायला सुरुवात कशी करायची, एवढाच प्रश्न बाकी होता ! आणि एकदा केव्हा तरी धीर केल्याशिवाय हे काम होण्यासारखे नव्हते !

एका शनिवारी संध्याकाळी त्याला सेन एकटेच बसलेले दिसले व त्याने ती संधी साधली. त्यांच्याजवळची खुर्ची घेत तो म्हणाला,

"मि. सेन, आजची संध्याकाळ आपल्याला मोकळी आहे का?"

"का?" प्रेमचंदकडे आश्चर्याने पाहत सेन म्हणाले.

"मला तुमच्याशी जरा बोलायचे आहे आणि त्याला बराच वेळ लागण्याचा संभव आहे. आणि गोष्ट महत्त्वाची आहे." तो घाईने म्हणाला.

ते दोघे खिडकीच्या आडोशाला बसले होते. चहा वगैरे झाला होता आणि प्रेमचंदने सेन यांना सर्व काही, जसे घडले तसे, ज्या क्रमाने घडले त्या क्रमानेच सांगितले होते. पहिल्या पाचसात मिनिटातच त्याच्या गोष्टीने सेन यांचे लक्ष पूर्णपणे वेधले होते, यात शंका नव्हती. त्यांनी प्रेमचंदचे सर्व बोलणे अत्यंत शांतपणे, एकाग्रतेने, मध्ये कोणताही अडथळा न आणता ऐकून घेतले होते. आणि शेवटी प्रेमचंदने फोटो त्यांच्यापुढे ठेवले.

"हे फोटो पाहिल्यावर मला खरा धक्का बसला, मि. सेन !"

सेन फोटो बराच वेळ निरखून पाहत होते. शेवटी एक उसासा सोडून त्यांनी फोटो खाली ठेवले.

"ते– ते– घर जळून खाक झाले म्हणता?"

"अगदी बेचिराख ! मी स्वत: गेल्या आठवड्यात ते पाहायला मुद्दाम गेलो होतो. त्या हिरवळीवर एका काळसर जागेशिवाय काहीही खूण राहिलेली नाही."

"खरे म्हणजे आपल्याला जास्त पुरावा हवा होता.'' कपाळाला आठ्या घालीत सेन म्हणाले, ''आहे तेवढा तर्क करण्यास पुरेसा आहे. तेथे त्या घराच्या ठिकाणी प्रत्यक्ष काय होते, याची तुम्हाला कल्पना आलीच असेल?''

"डोळा फसतो; पण कॅमेरा फसत नाही म्हणून होय? यस्-यस्. मी तो विचार केला आहे. आम्हाला डोळ्यांनी एक घर दिसत होते; पण प्रत्यक्ष तेथे ही काहीतरी वेगळीच रचना होती-''

"मला वाटते, की तो एक प्रकारचा ट्रॅप होता, सापळा होता, पिंजरा होता.''

पिंजरा ! प्रेमचंदच्या मनात आलेली कल्पना !

"पण साधासुधा तारांचा, गजांचा पिंजरा नाही ! नो-नो ! फारच वेगळ्या प्रकारचा ! इट वॉज ए सायकॉलॉजिकल ट्रॅप ! कळले?''

"अहं - नाही - मला नाही कळले-''

"तुमच्या मित्राचा, मनसुखचा विचार जरा वेगळा बाजूला ठेवू. तुमचा विचार करा. घर पाहताना, प्रत्यक्ष घरात शिरताना तुम्हाला काय वाटले?''

"मला सारखी माझ्या आजोबांच्या घराची आठवण येत होती.''

"आणि त्या घरातले सामान? ते आठवते?''

"नाही ! भिंतीजवळ वगैरे फर्निचरचे आकार उभे होते असे पाहिल्याचे आठवते; पण प्रत्यक्ष नजरेसमोर एकही आणता येत नाही-''

"आणि प्रत्यक्ष घरात?''

"तोच तर सुरुवातीचा धक्का होता. तो प्रशस्त जिना आणि त्या मोठमोठाल्या खोल्या - तेच सारे विचित्र वाटायला लागले-''

"आणि प्रकाश?''

"यस् ! यस् ! तोही कृत्रिम वाटत होता- मी सांगितले ना?''

"होय आणि ते पुरेसे आहे ! विज्युअल हॅल्युसिनेशनचे अगदी उत्तम उदाहरण ! दृष्टिभ्रम ! तुमच्या मनातल्या गोष्टीच तुम्हाला डोळ्यांसमोर दिसत होत्या ! आणि मुख्यत: तुम्हाला पूर्वी आवडलेल्या गोष्टी !''

"पण कसे?आणि तेथेच का?''

"तेच तर मी सांगत आहे. तोच तर ट्रॅप होता ! दिसत होत्या, असे मी आता म्हटले ते बरोबर नाही. दाखवल्या जात होत्या. आरशात जसे समोरचे दृश्य प्रतिबिंबित होते तसे येथे मनातले विचार साकार होत होते. आणि ज्या

ठिकाणी तुमच्या मनात प्रत्यक्ष विचार नव्हता तेथली उणीव एखाद्या आठवणीने भरून काढली जात होती. तुमच्या मनात जिन्याच्या, खोल्यांच्या अशा लाखो आठवणी आहेत. त्यातल्या काही वापरल्या गेल्या आणि म्हणूनच दर खेपेस तुम्हाला एकदा पाहिलेली खोली वेगवेगळी वाटत होती-''

''पण मनसुखचा चेहरा ! तो किती भयंकर वाटत होता !''

''प्रेमचंद, मनसुख हा अत्यंत दुर्वर्तनी, नीच मनाचा माणूस असला पाहिजे. तुमचे मन फार सरळ आहे व तुम्हाला तेथे अगदी सोज्ज्वळ गोष्टी दिसल्या. त्याला काय दिसले असेल याची आपण कल्पना करू शकतो ! त्याच्या चेहऱ्याचे तुम्ही जे वर्णन केलेत त्यावरून मला तर असे वाटते, की त्याच्या घाणेरड्या मनाला अत्यंत प्रिय (व असाध्य) असे काहीतरी दिसले असणार ! उगाच नाही तुमच्याशी झगडला !''

''पण तेथे आहे काय? किंवा प्रत्यक्षात काय आले होते?''

''मी सांगितले ना? तो एक ट्रॅप होता, पिंजरा होता आणि तेथे हा गळ लावला होता. तुमच्या मनातल्या सर्वात प्रिय इच्छांची पूर्ती ! तुम्ही आत आत ओढले जाता आणि शेवटी खलास !''

''पण मी मनसुखला बाहेर काढला की !''

''तुम्हाला दिसलेले घर, खोल्या हे सारे एखाद्या फुलाच्या कॅलिक्ससारखे, बाह्य कोषासारखे होते. आतल्या गाभ्यात प्रवेश करण्यापूर्वीच तुम्ही त्याला वाचवलेत. पण एकदाच ! पुन्हा तो तेथे गेलाच ! आणि मग मात्र त्याला वाचवायला कोणी नव्हते!''

''पण त्याचे पुढे झाले तरी काय?''

''आपण काय सांगणार? तर्क मात्र करू शकतो. तो ट्रॅप कोणत्या प्रकारचा होता, त्यावर पुढचे अवलंबून आहे. निबिड अरण्यात काही काही कीटकभक्षक झाडे असतात. त्यांच्या फुलांचा दर्प पसरला, की त्या वासाने आकर्षित होऊन कीटक, फुलपाखरे, लहान पक्षी त्या फुलांकडे येतात. एकदा त्यांनी फुलात प्रवेश केला, की फुलाच्या पाकळ्या मिटतात आणि तो प्राणी शोषणाने आतल्या आत जिरवला जातो. फस्त केला जातो.''

हे वर्णन ऐकता ऐकता प्रेमचंदच्या अंगावर काटाच आला.

''अजून हे संपले नाही !'' सेन थंड आवाजात पुढे बोलत होते.

"आपण माशांसाठी पाण्यात गळ टाकतो. त्याला एखादी सुंदरशी माशी किंवा कीटक लावतो किंवा उंदीर, घुशीसाठी पिंजरा लावतो. त्यात काही तरी चटकदार पदार्थ ठेवतो. त्याच्या आकर्षणाने हवा तो प्राणी आपल्या गळाला लागला किंवा पिंजऱ्यात अडकला, की आपण त्याला खेचून घेतो व हवी तशी त्याची विल्हेवाट लावतो. तेव्हा हा ट्रॅप दुसऱ्या प्रकारचा असू शकेल ! फक्त निर्बुद्ध जनावरांसाठी नाही. तर सुबुद्ध, प्रगत कल्पनाशक्तीच्या मानवांसाठी आहे. तुमच्या फोटोत त्याचा खरा आकार आला आहे. कारण कॅमेऱ्याच्या भिंगाला काहीही कल्पनाशक्ती नाही!"

"तुम्हाला असे वाटते, की एखादा कोणीतरी अकल्पनीय अजस्र पारध्यासारखा, शिकाऱ्यासारखा मानवासाठी हे असे गळ सोडीत आहे, पिंजरे लावीत आहे?" श्वास सोडून प्रेमचंद म्हणाला.

"आणि त्यात काय अशक्य आहे? आपली मने प्रगत झाली. आपले वेडेवाकडे विचार दशदिशांना फेकले जाऊ लागले. जगावरील तीनशेवीस कोटी लोकांच्या मनाचा हा गलका कोठपर्यंत पोहोचला असेल? आणि या खाद्याच्या मागावर अंतराळातला एखादा महान शक्तिमान शिकारी हा गळ, हा पिंजरा घेऊन आला नसेल कशावरून? आपण स्वतःच नाही त्या गोष्टीचा हव्यास धरतो. त्यासाठी अगदी वेडे होतो आणि मग असे फशी पडतो !"

"पण--पण पाटलाच्या लोकांनी ते शेवटी जाळलेच !"

"वेल ! प्रेमचंद, प्रत्येक गोष्टीला काहीतरी मर्यादा आहेच ना? ते, जे काय होते ते, एखादा निर्जीव यांत्रिक पिंजरा असेल किंवा एखादा सजीव वरच्या श्रेणीचा प्राणी असेल; ते एका वेळी एकाच माणसाला भुलवू शकत असेल ! एकदम एवढी माणसे आली व त्याची शक्ती अपुरी पडली !"

"पण म्हणजे या प्रकारच्या गोष्टी कोठेही होतील ! आपल्याला काहीही कल्पना नसताना !" प्रेमचंद म्हणाला - खऱ्या अस्वस्थतेने.

"आणि आताही होत नसतील हे कशावरून? दररोज अशी कितीतरी माणसे मागे काहीही थांगपत्ता न ठेवता नाहीशी होत आहेत ! आपल्याला अजून कशाकशाची खरी कल्पना आली आहे, प्रेमचंद?...

■

काळाला तिरका छेद

माझ्या हॉस्पिटलला 'नर्सिंग होम' असे नाव दिले आहे; पण ते केवळ पेशंट आणि त्याचे नातेवाईक यांच्या भावना दुखावल्या जाऊ नयेत एवढ्यासाठीच आहे. खऱ्या अर्थाने ते वेड्यांचे इस्पितळच आहे. प्रत्येक खोलीच्या दाराला बाहेरून भक्कम कडीकुलूप आहे. सर्व खिडक्यांना जाडजाड गज बसविलेले आहेत. सर्व भांडी प्लॅस्टिकची आहेत. 'नर्सेस' म्हणजे दणदाकट शरीराचे पुरुष आहेत. इतर हॉस्पिटलमध्ये न दिसणाऱ्या अशा आणखीही अनेक गोष्टी आहेत. प्रत्येक कॉटला (आवश्यकता वाटली तर) पेशंटला जखडून ठेवता येण्याची सोय आहे. स्ट्रेट जॅकेटस् आहेत. इलेक्ट्रिक शॉक ट्रीटमेंटची उपकरणे आहेत.

माझ्याकडे राहणे आणि माझी ट्रीटमेंट खर्चिक आहे. ज्यांच्या खिशाला परवडते असेच लोक माझ्याकडे येतात. पेशंट बरे होण्याचे प्रमाण इतर सर्वत्र आहे तेच माझ्याकडेही आहे. नातेवाइकांना एकच समाधान मिळते - पेशंट स्वत: आपले हाल करून घेईल तेवढेच काय ते. बाकी त्याची सर्व व्यवस्था उत्तम असते.

जुलैच्या सुरुवातीस मला ते पत्र मिळाले. वर सरकारी शिक्का. ए.ई.सी.शी संबंधित असे ते कोणते तरी ऑफिस होते. आत फक्त दहाबारा ओळींचे एक पत्र होते. पत्र इंग्रजीत होते. मथितार्थ असा :

लॅबोरेटरीचे रेसिडेंट मेडिकल ऑफिसर डॉ. राव एक-दोन दिवसांत मला भेटण्यासाठी येणार होते. माझ्या प्रोफेशनल सर्व्हिसेस आणि हॉस्पिटल-फॅसिलिटीज् यांचा लॅबोरेटरीला कदाचित उपयोग करावा लागणार होता. या

भेटीसाठी मी ऑफिसमध्ये हजर राहण्याची कृपा करावी किंवा हे दिवस गैरसोयीचे असल्यास त्यानंतरचे सर्वांत जवळचे सोयीचे दिवस कळवावे. आपला विश्वासू, इ.इ.

मी एवढ्यात मुंबई सोडून कोठे जाणार नव्हतो. तेव्हा पत्रावर जरा नवल करण्याखेरीज फारसा विचार करण्याची आवश्यकता नव्हती.

डॉ. राव आले त्या सकाळी तुफान पाऊस पडत होता. रस्ते भयानक असले पाहिजेत; पण त्यांच्या प्रचंड आलिशान गाडीला काही त्रास पडला नसावा. डॉ. राव माझ्यापेक्षा जरा वयस्क होते. आत येताच त्यांनी खुर्ची घेतली, कार्ड काढून माझ्या हाती दिले आणि सिगारेट शिलगावली.

आमचे सर्व संभाषण अर्थात इंग्रजीतूनच झाले.

''मला तुमचे पत्र मिळाले आहे. अर्थात पत्रात इतर खुलासा काहीच नव्हता. माझ्याकडून तुमची कोणती अपेक्षा आहे?''

राव काही वेळ माझ्याकडे पाहात बसले व मग शेवटी म्हणाले,

''तुम्हाला सर्वच सांगितलेले चांगले, नाही का? आमच्या खात्यात – लॅबोरेटरीत म्हणा – प्रोफेसर जी.एस्. आठल्ये गेली तीन वर्षे काम करीत आहेत. तुम्ही त्यांचे नाव ऐकलेय की नाही मला माहीत नाही; पण त्यांच्या पिढीतले ते एक अग्रगण्य शास्त्रज्ञ आहेत. भारतात येण्यापूर्वी ते कॅलटेकला न्युक्लियर फिजिक्स लॅबमध्ये रिसर्च करीत होते. डॉ. भाभांचे ते आवडते विद्यार्थी आणि सहकारी होते. हे सांगितले ते एवढ्यासाठी की तुम्हाला कळावे, आपण एका अत्यंत बुद्धिमान, अनुभवी आणि यशस्वी माणसाची केस हाताळत आहोत.''

राव यांच्या सांगण्यात अजून विशेष असे काहीच आले नव्हते.

''गेले सातआठ दिवस प्रोफेसर आठल्ये यांची मन:स्थिती ठीक नाही. ही गोष्ट त्यांच्या सहकाऱ्यांच्या तर लक्षात आलेली आहेच; पण स्वत: प्रोफेसरही मला येऊन भेटले होते. त्यांची झोप अजिबात उडाली आहे. कामावर मन एकाग्र होत नाही. मनात सारखी बेचैनी असते. अर्थात मी सुरुवातीस त्यांना माइल्ड सीडेटिव्हज् दिली; पण त्यांचा अजिबात उपयोग झाला नाही. शेवटी स्ट्रॅांग डोस दिला, तरीही दोनतीन तासांपलीकडे त्यांना झोप येत नाही. त्यांच्यात एवढ्या सहा–सात दिवसांत भयानक बदल झाला आहे आणि त्यांची अस्वस्थता वाढत चालली आहे.''

स्वत:शीच मान हलवत डॉ. राव म्हणाले, ''अर्थात प्रकरण जर एवढ्यावरच थांबले असते, तर मी तुमच्याकडे आलोच नसतो. चार दिवसांपूर्वी प्रोफेसरांच्या मन:स्थितीत आणखी बिघाड झाला. एक लक्षण मोठे विचित्र होते. ते सदान्‌कदा रेडिओपाशी बसून राहू लागले. सारखी वेगवेगळी स्टेशन्स लावून ते बातम्या ऐकत बसायचे. त्यांना ते एक प्रकारचे व्यसनच लागल्यासारखे झाले.''

''लॅबोरेटरीत ते यायचे; पण त्यांच्याबरोबर सतत ट्रॅन्झिस्टर रेडिओ असायचा. आकाशवाणीवरची सर्व बातमीपत्रे, बी.बी.सी., व्हाइस ऑफ अमेरिका, रेडिओ- मास्को. सारखा रेडिओ चालू असायचा. अर्थात त्यांचे स्टेटस इतके मोठे आहे, की त्यांच्या वागण्यावर, निदान प्रत्यक्ष तरी टीका करायची कोणाचीच हिंमत नाही.''

''मला प्रथमपासूनच शंका येत होती, की हा प्रकार आपल्यापलीकडचा ठरणार आहे. कारण मी शेवटी साधा जी.पी. आहे. सीडेटिव्ह किंवा ट्रँक्विलायझर यापेक्षा जास्त मी काही करू शकत नव्हतो. इकडे प्रोफेसरांची अस्वस्थता सारखी वाढतच होती. चार दिवसांपूर्वी रात्री त्यांना पहिला ॲटॅक आला. ते एकदम व्हॉयलंट झाले. मिसेस आठल्यांनी मला फोन करून बोलावले; पण मी येईपर्यंत ते बरेच शांत झाले होते. मी एक्ट्रीम स्टेप घेतली. त्यांना मॉर्फिया दिला.''

''दुसऱ्या दिवशी सकाळी मी त्यांची गाठ घेतली आणि तेव्हाच मी ठरवले, की कोणा तरी एक्स्पर्टची याबाबतीत मदत घ्यायला हवी. एवढ्यासाठी की तुमची गाठ घेतली.''

''तुमची काय अपेक्षा आहे ?'' मी विचारले.

''तुम्ही एकदा त्यांची गाठ घ्या.''

''एकदा मी येईन; पण वारंवार जमणार नाही. मला जर असे वाटले, की त्यांना ऑबझर्व्हेशनखाली ठेवायला हवे तर त्यांना इथे आणून ठेवावे लागेल. ते जमणार असेल, तरच माझ्या येण्याचा फायदा-''

''तसे ते हुशार आहेत, समंजस आहेत-''

''या बदलात हुशारी, समंजसपणा सगळा नाहीसा होतो. डॉ. राव, सर्वांचाच अशा ठिकाणी यायला विरोध असतो.''

''एकदा त्यांची भेट तर घ्या - इफ यू डोंट माइंड-''

जसा काही मी मनावरच घेणार होतो ! हिपोक्रेटस्‌ची शपथ इतकी काही निरर्थक नाही.

डॉ. राव यांच्याबरोबर मी निघालो. स्टाफला आवश्यक तेवढ्या सूचना दिल्या होत्या आणि मग मी गाडीत चढलो. बाहेर तुफान पाऊस पडत होता. गाडीच्या काचा वर होत्या. बाहेरचे काहीही दिसत नव्हते. आधीच आतली हवा कोंदट होती. सिगारेटही ओढता येत नव्हती.

एकदा मला वाटले होते, की प्रो. आठल्यांसंबंधी जास्त माहिती डॉ. रावना विचारावी; पण मग मी तो विचार रद्द केला. मनात कोणताही पूर्वग्रह उत्पन्न व्हायला नको होता. आणि केसची अर्धवट माहिती मिळाली, की तर्क आलेच. मग एखादी पेट थिअरी आली. आणि मन असे असते, की एकदा असे काही झाले, की वस्तुस्थितीचा वस्तुनिष्ठ अभ्यासही कठीण होतो. मन त्याला हवा तो आकार, हवी ती रूपे देऊ लागते.

तेव्हा आमचे जे काय संभाषण झाले, ते अगदी मामुली होते.

प्रोफेसर आठल्यांच्या घरासमोर गाडी थांबली तेव्हा सकाळचे अकरा वाजले होते. लॅबोरेटरीच्या आवारातच वरिष्ठ अधिकाऱ्यांसाठी बांधलेल्या बंगल्यांच्या रांगेतला तो एक बंगला होता. तसे डिझाईन चांगले होते; पण सर्वत्र त्याचाच वापर झालेला होता. त्यामुळे त्यातले वैचित्र्य आणि आकर्षण कमी झाले होते.

आम्ही दारापाशी पोहोचेपर्यंत दार उघडलेही होते. दार उघडणाऱ्या स्वत: मिसेस आठल्येच असाव्यात व त्यांचे वय तिशीच्या आसपास असावे, असा मी अंदाज केला. त्यांचा नीटस चेहरा आता चिंताक्रांत आणि अतिशय धास्तावलेला दिसत होता.

"प्रोफेसर कोठे आहेत?" डॉ. रावनी विचारले. काही न बोलता मिसेस आठल्यांनी डावीकडच्या खोलीकडे बोट दाखविले. त्यांच्याकडे माझी पाठ झाल्यावरही त्यांची करुण, आशेची याचना करणारी नजर मला जाणवत होती. पेशंटपेक्षा नातेवाइकांनाच क्लेश जास्त, मला नेहमी वाटते.

खोलीच्या दारावर पडदा होता. आतून गुणगुणल्यासारखा एक बारीक आवाज येत होता. दारावर टक्टक् करून डॉ. राव व त्यांच्या मागोमाग मी आत गेलो. प्रोफेसर आठल्ये एका टेबलापाशी बसले होते आणि आता दाराकडे पाहत होते. त्यांच्या शेजारीच एक ट्रॅन्झिस्टर रेडिओ होता. त्यातून आवाज येत होता, तोच मघाशी आम्हाला ऐकू आला होता.

आठल्ये आमच्याकडे पाहत होते; पण त्यांचे आमच्याकडे अर्धवटच लक्ष होते. नजरेत एक प्रकारची व्यग्रता होती. रेडिओवरचा आवाज ते अगदी लक्ष

देऊन ऐकत होते, हे उघड होते.

आठल्यांचे व्यक्तिमत्त्व ज्याला 'स्ट्रायकिंग' म्हणता येईल अशा प्रकारचे होते. ते बसले होते तरी त्यांची उणीपुरी सहा फुटांची उंची काही लपत नव्हती. शरीरयष्टी उंचीला साजेशीच भरदार होती, वर्ण गोरापान होता, चेहराही बुद्धिमान व करारी होता; पण आता मात्र त्यांच्या डोळ्यात एक विलक्षण ताण, एक अनिश्चितता दिसत होती.

आम्ही त्यांच्या ऐकण्यात व्यत्यय आणल्याचा त्रासिकपणा त्यांच्या चर्येवर स्पष्ट दिसत होता. रेडिओचा आवाज कमी करीत ते म्हणाले,

''डॉक्टर, या बसा. काय काम होते?''

डॉ. रावनी माझ्याकडे अर्थपूर्ण नजरेने पाहिले. मला हे नेहमीचेच होते. अशा माणसांना आपण 'आजारी' आहोत, याची कधीच जाणीव नसते.

''प्रोफेसर, हे डॉ. खाचणे. आपल्याला भेटायला आले आहेत.''

''खाचणे?'' माझ्याकडे भेदक नजरेने पाहत आठल्ये म्हणाले, ''हे नाव मला ओळखीचे वाटते. जस्ट वेट अं - एवढ्यात तुम्ही एखादा प्रबंध लिहिला आहे का? वैद्यकीय शास्त्रात?''

खरे म्हणजे मी सर्द झालो. आठल्यांच्या सर्वग्राही बुद्धिमत्तेचे कौतुक वाटले आणि जरासा रागही आला. त्यांनी मला आधीच ओळखले होते.

''होय, मीच तो प्रोफेसर आठल्ये. सध्या माझे येथे जवळच एक नर्सिंग होम आहे. डॉ. राव यांच्या विनंतीवरून मी इथे आलो आहे.''

आठल्यांसारख्या कुशाग्र बुद्धिमत्तेच्या माणसाशी वेगळ्या रीतीने वागायचे मी ठरवले होते. वरवर दिसणारा हा स्पष्टवक्तेपणा हीही आमच्या अनेक युक्त्यांपैकी एक युक्तीच होती.

''नर्सिंग होम म्हणजे असायलम?'' ते मान हलवत म्हणाले, ''डॉ. राव ! डू यू थिंक आय ॲम गोइंग इनसेन?''

''वुई वुईल कीप डॉ. राव आऊट ऑफ धिस, प्रोफेसर !'' मी मध्येच म्हणालो. ''रेडिओवरच्या बातम्या संपल्या का?''

''अं - हो.'' या अचानक पश्नाने जरा गोंधळून ते म्हणाले.

''मग मला तुम्ही दहा-पंधरा मिनिटे देता का?''

''पण कशासाठी?'' त्यांची शंका तीव्र झाली होती.

''तुम्हाला कशाची भीती वाटत नाही ना?'' एक सरळ आव्हान.

‘‘भीती? मला? कशाची?अजिबात नाही !’’

‘‘मग?’’

‘‘ओ, ऑल राइट !’’ ते वैतागून म्हणाले.

‘‘डॉ. राव, इफ यू प्लीज !’’ मी रावना खूण केली. ते बाहेर गेले.

खोलीत आम्ही दोघेच होतो. एकमेकांकडे पाहत होतो. मघाशी सुरू केलेली चढाई मी तशीच पुढे सुरू केली.

‘‘प्रोफसर आठल्ये, तुम्ही आणि मी, दोघेही कामात गुंतलेली माणसे आहोत. दोघांचाही वेळ मोलाचा आहे. म्हणून मी वेळ न दवडता सरळ माझ्या मुद्द्याकडे येतो. सात-आठ दिवसांत तुमच्या वागणुकीत जो एक बदल झाला आहे, त्यामुळे तुमची पत्नी आणि सहकारी यांना तुमच्याबद्दल अतिशय काळजी वाटत आहे. ही गोष्ट तुमच्या ध्यानात आली आहे का?’’

काही वेळ ते माझ्याकडे नुसते पाहत बसले व मग अगदी हलक्या आवाजात म्हणाले, ‘‘त्यासाठी का त्यांनी तुम्हाला इथे बोलावून आणले आहे? त्यांना असे वाटते की, मी ‘मेंटल’ केस आहे? द फूल्स !’’

‘‘त्यांचा अंदाज चुकला असण्याची शक्यता आहे, प्रोफेसर; पण तुम्ही त्यांना विश्वासात घेतलेत तर जास्त चांगले नाही का होणार?’’

‘‘विश्वासात...?’’ त्यांच्या चेहऱ्यावर प्रश्न होता.

‘‘प्रोफेसर, तुमची ही सर्व लक्षणे स्ट्राँग ॲंक्झायटी न्यूरोसिसची आहेत. तुम्हाला कशाची तरी अतिशय धास्ती वाटत आहे. त्या भीतीने तुमचे काळीज पोखरले गेलेय. तुमचा तोल सुटतोय. इतरांना तुम्ही हे सांगू शकत नाही का?’’

मला वाटले, ते आता माझ्या अंगावर ओरडणार आहेत; पण त्यांनी स्वत:ला कसेतरी सावरले. ‘‘डॉ. खाचणे,’’ ते एका विलक्षण आवाजात म्हणाले, ‘‘आसपासची सर्व सुबुद्ध माणसे समोर दिसणाऱ्या संकटाकडे पाठ फिरवायला लागली, सर्वनाश समोर दिसत असूनसुद्धा निर्बुद्धासारखी मख्ख राहिली, डोळ्यासमोर कातडे ओढून झोपलेल्याचे सोंग घ्यायला लागली, तर माणसाची काय अवस्था होईल?’’

‘‘असे जर खरोखर झाले तर माणसाला चीड येईल हे कबूल; पण तुम्ही म्हणता ते संकट कोणते आहे?’’

‘‘तुम्हीही त्यांच्यातलेच आहात !’’ ते वैतागाने म्हणाले.

‘‘सर्वांचीच बुद्धी इतकी कुशाग्र नसते, प्रोफेसर.’’ मी जरा हसून म्हणालो.

''मला सांगा - माझी ऐकायची तयारी आहे.''

''मागच्या महिन्यात कोणती भयानक घटना घडली?'' माझ्याकडे ते मोठ्या चमत्कारिक नजरेने पाहत होते. या प्रश्नातच त्यांच्या सध्याच्या स्थितीचे मर्म आहे, हे माझ्या ध्यानात आले. मी जरासा विचार केला. प्रोफेसर आठल्यांना काय भयानक वाटेल? त्यांचे क्षेत्र कोणते होते? ॲटॉमिक एनर्जी... अणुबॉंब... हॅड्रोजन बॉंब...

मला एकदम उत्तर सापडले.

''चीनचा हॅड्रोजन बॉंबचा स्फोट !'' मी म्हणालो. त्यांच्या चर्येवरूनच दिसले, की माझे उत्तर बरोबर होते. त्यांच्या डोळ्यात एक विलक्षण चकाकी आली होती. ते उठून माझ्याजवळ आले, माझा हात हातात घेऊन ते विलक्षण उत्कंठेने म्हणाले, ''डॉ. खाचणे, तुम्हाला एवढे जर कळतेय, तर तुम्ही गप्प का? रात्री-अपरात्री तुम्हाला झोपेतून भयंकर स्वप्नांनी जाग येत नाही? आपल्या डोक्यावरची आकाशातली ही टांगती तलवार तुम्हाला एक क्षणभरही अस्वस्थ करीत नाही ? आकाशातून अवचितपणे कोसळणाऱ्या या राक्षसी शास्त्राने होणारी भयानक, हिडीस हत्या तुमच्या जिवाला घोर लावीत नाही ? पत्त्याच्या बंगल्यासारखी घरे कोसळतील; लोखंड, पोलाद, दगड सारे वितळून त्यांचा लाव्हारस धगधगत व्हायला लागेल; माणसे मुंग्यांसारखी होरपळून मरतील... हे सारे डोळ्यांसमोर दिसत असून तुम्ही गप्प कसे बसता ? रोजचे आयुष्य तुम्हाला सुचते तरी कसे ?''

''प्रोफेसर, तुमची कल्पनाशक्ती इतरांपेक्षा जरा जास्त तीव्र आहे. तुम्ही म्हणता तसे होणे अगदीच अशक्य आहे, असे मी म्हणत नाही. त्याबद्दल सर्वसामान्य माणसाला काळजी वाटत नाही असेही नाही; पण सवयीने माणूस कशाबरोबरही राहायला शिकतो. नाही तरी आपल्यासारख्यांच्या हाती काय आहे ? ज्यांचे काम याची काळजी करण्याचे आहे ते करतील-''

''पण ते करत नाहीत !'' आठल्ये एकदम उसळून म्हणाले. ''ते तर दगडासारखे थंड आहेत ! काही करायचे असते, तर त्यांनी यापूर्वीच करायला सुरुवात केली असती ! आता फार उशीर झाला आहे-''

त्यांना विचारायचे अगदी माझ्या ओठावर आले होते- ''तुम्हाला काय माहीत? त्यांची तयारी चालू असेलही !...'' पण लागलीच माझ्या ध्यानात आले, की आठल्यांना माहीत होते. त्यांना तर नक्कीच...

"रोज वातावरणातला ताण वाढतोय..." ते जवळजवळ स्वगत म्हणाले. "रोजच्या बातम्याच बोलक्या आहेत." त्यांची नजर शेजारच्या ट्रॅन्झिस्टरकडे गेली. "कोणत्या क्षणी काय होईल, सांगता येत नाही. माझा जीव तळमळतो; पण इतर कोणाला त्याचे काही नाही ! असे एखादे संकट आपल्यावर येणार आहे, याची जाणीवही नसती !"

मी आठल्यांचे केलेले निदानच बरोबर होते. ही सर्व डीप अॅक्झायटी न्यूरोसिसची लक्षणे होती. अण्वस्त्रांच्या राक्षसी संहारक शक्तीची आठल्यांना पुरेपूर कल्पना होती. त्यामुळे त्यांच्या काळजीला आणखीच धार आली होती. कोणत्या प्राथमिक कारणांमुळे ही मानसिक विकृती निर्माण झाली, हे शोधून काढण्याचे काम दीर्घ वेळ घेणारे होते. त्यांच्या मनात इतका गुंता झाला होता, की त्या कामाला कष्टही खूप पडणार होते. आणि तेवढा वेळ मला मिळेल की नाही, आठल्यांकडून आवश्यक ते सहकार्य मिळेल का नाही, या साऱ्याबद्दल मी साशंक होतो.

सुमारे वीस मिनिटे मी त्यांच्याशी बोलत होतो. ही एक सर्वस्पर्शी भीती सोडली, तर इतर सर्व बाबतीत त्यांचे संभाषण अगदी नॉर्मल होते. मी खेदानेच त्यांचा निरोप घेतला.

डॉ. राव व मिसेस आठल्ये बाहेर माझ्यासाठी थांबले होते. मी त्यांच्याकडे पाहत मान हलवली. "आता मी काहीच करू शकत नाही. मला अशी शंका आहे, की आतले प्रेशर बिल्डप होत आहे – एवढ्यातच पुन्हा एखादा क्रायसिस् येईल – तेव्हा त्यांना माझ्याकडे आणा – मग पाहू काय जमते ते. मिसेस आठल्ये, आय अॅम सॉरी."

डॉ. रावनी मला हॉस्पिटलवर आणून सोडले.

"तुम्हाला त्याच्या सुधारण्याची काही आशा वाटते ?" रावनी विचारले.

"डॉ. राव, दोन गोष्टी आवश्यक आहेत. आपण नॉर्मल नाही हे प्रोफेसर आठल्यांना उमगले पाहिजे आणि नॉर्मल होण्यासाठी सहकार्य द्यायची त्यांची तयारी पाहिजे. दोन्ही गोष्टी मला असंभाव्य दिसतात."

मी जो क्रायसिस् अपेक्षिला होता तो नऊ–दहा दिवसांनी आला. रात्री आठच्या सुमाराला डॉ. रावनी मला फोन केला. आठल्यांना जोराचा अॅटॅक आला होता. दोघांतिघांनी त्यांना कसे तरी आवरले होते. आता ते मार्फियाच्या गुंगीत होते.

‘‘त्यांना तिकडे आणू का?’’ डॉ. राव विचारत होते. मी क्षणभर विचार केला. आठल्यांची प्रतिक्रिया काय होईल, याचा मी अंदाज बांधत होतो. त्यांना विलक्षण संताप येणार होता हे तर नक्की. ते शुद्धीवर आले, की त्यांच्याशी एक प्रकारचा रॅपोर्ट स्थापन करणे मला जमणार होते का? मलाही हे एक आव्हानच होते.

‘‘ठीक आहे. आणा त्यांना.’’ मी शेवटी निर्णय घेतला. ‘‘आणि त्यांचा ट्रॅन्झिस्टरही बरोबर आणा.’’ मी त्यांना सुचवले.

प्रोफेसर आठल्यांची केस माझ्या नेहमीच्या पेशंटपेक्षा वेगळी होती. शिवाय त्यांचा स्वाभिमान दुखावला जायला नको होता. या दोन्ही कारणांसाठी मी त्यांच्यासाठी माझ्या स्वत:च्या क्वॉर्टर्सच्या वरची एक खोली तयार करवून घेतली. हॉस्पिटलही उंचीवर आहे. त्या खोलीच्या खिडक्यातून खूप दूरवर नजर पोहोचू शकत असे. निरभ्र रात्री तर मुंबईच्या दिव्यांचा झगझगाटही दिसू शकत असे.

आठल्यांना आणले तेव्हा ते डीप कोमामध्येच होते. डॉ. रावना मी परत पाठवले. मिसेस आठल्यांचीही मदत लागण्याची शक्यता होती. आठल्ये आता जरी शांतपणे निजल्यासारखे दिसत असले, तरी त्यांच्या मनात खोलवर कोठे तरी एक भयानक संघर्ष, प्रक्षोभ उसळत होता. ते जेव्हा शुद्धीवर येतील तेव्हा मी तिथे हजर असायला हवे होते. त्यांचा कोमा किती वेळ टिकेल याची शाश्वती नव्हती. दर अर्ध्या तासाने मी त्यांच्या खोलीत चक्कर टाकत होतो.

साडेअकराच्या सुमारास ते एकदम शुद्धीवर आले. स्नॅप ! सुदैवाने मी तिथे हजर होतो. त्यांची नजर अपरिचित खोलीवरून फिरली आणि माझ्यावर स्थिरावली. एक सेकंदभरच त्यांनी विचार केला–

‘‘डॉ. खाचणे? तुम्ही इथे कसे? मी कोठे आहे?’’

‘‘प्रोफेसर आठल्ये, तुम्ही माझ्या नर्सिंग होममध्ये आहात.’’

‘‘नर्सिंग होममध्ये?’’ ते कॉटवर ताडदिशी उठून बसले.’’ मला इथे कोणी आणले? धिस इज ॲन आऊटरेज ! शेमफुल !’’

त्यांचा राग क्षणभरच टिकला. एकदम त्यांच्या डोळ्यात ‘ती’ छटा आली. इकडे तिकडे पाहत ते म्हणाले, ‘‘डॉ. खाचणे ! पुढे काय झाले? आपल्या सरकारने काही स्टेप्स घेतल्या की नाही?’’

‘‘प्रोफेसर, तुम्ही कशाबद्दल बोलता आहात?’’

“म्हणजे? तुम्हाला माहीत नाही?” त्यांचा माझ्यावर विश्वास बसत नव्हता. “रात्री आठच्या बातम्या तुम्ही ऐकल्या नाहीत ?”

“सॉरी. मी कामात होतो. काही विशेष होते का?”

“काही विशेष होते का म्हणून विचारता? चिनी सरकारचे अल्टिमेटम तुमच्या कानावर आले नाही? तुम्हाला कोणी काही सांगितले नाही?”

“पुन्हा एकदा सॉरी. तुम्ही तरी सांगा प्रोफेसर–”

त्यांच्या कपाळावर घामाचे थेंब चमकायला लागले होते.

“चुंबी खोऱ्यात गेल्या आठवड्यात एक इन्सिडंट झाला ना ?”

“तसे नेहमीच होत असतात – आणि होत राहणारही –”

“पण या खेपेला त्यांनी मुद्दाम प्रोव्होकेशन केलेले आहे आणि आता त्यांनी भारत सरकारला एक उद्दाम धमकी दिली आहे. त्यांनी घालून दिलेल्या मर्यादेपर्यंत भारताने आपली मुलकी व लष्करी अधिकारी चोवीस तासांच्या आत मागे घ्यावेत; नाही तर–”

“नाही तर काय, प्रोफेसर?”

“नाही तर परिणामाला तयार राहावे. उद्या रात्री आठला त्यांची ही चोवीस तासांची मदत संपते.”

त्यांच्याकडे पाहताना मला त्यांची विलक्षण कीव आली. एकदा माणूस भरकटायला लागला, की मग त्याला काही मर्यादाच राहत नाहीत.

“प्रोफेसर आठल्ये,” मी शक्य तेवढ्या समजूतदार आवाजात म्हणालो, “मी हा ब्रॉडकास्ट ऐकलेला नाही आणि इतर कोणी ऐकला असेल, असे मला वाटतच नाही.”

“पण असे कसे होईल? मी स्वत:–” ते ओरडत होते; पण मी त्यांना मध्येच अडवले. त्यांचा ट्रॅन्झिस्टर पुढे केला.

“प्रोफेसर, हा तुमचा रेडिओ. आता रात्रीचे बारा वाजले आहेत. तरी पश्चिमेकडची अनेक स्टेशन्स चालू आहेत, ती लावा. पलीकडच्या खोलीत टेलिफोन आहे. तुमची इच्छा असली, तर मुंबईतल्या सर्व दैनिकांना, पी.टी.आय.ला., ए.पी.ला कोणालाही फोन करा. तुमची स्वत:ची खात्री करून घ्या. केवळ माझ्यावर विश्वास ठेवू नका–”

माझ्याकडे त्यांनी एक जळजळीत नजर टाकली आणि ट्रॅन्झिस्टर जोराने जवळ घेतला. दहा–बारा मिनिटे ते एकामागोमाग एक अशी वेगवेगळी स्टेशन्स लावत

होते. दंगलींचा, लहानसहान चकमकीचा, अपघातांचा उल्लेख नेहमीप्रमाणे सर्वत्र होता; पण आठल्ये म्हणत होते, ती बातमी खोटीच नव्हती. त्यांनी ट्रॅन्झिस्टर रागाने दूर सारला.

''चला दाखवा बरे तुमचा टेलिफोन !'' ते खेकसले.

रात्रीचे बारा वाजून गेले होते, तरी सर्व वृत्तपत्रांच्या ऑफिसमधून न्यूज डेस्कवर कोणी ना कोणी हजर होतेच. प्रोफेसरांनी एकामागून एक असे सहा फोन केले आणि शेवटी फोन खाली ठेवून ते गोंधळलेल्या नजरेने माझ्याकडे पाहत उभे राहिले.

''पण मी प्रत्यक्ष माझ्या कानांनी ऐकले की -'' ते गप्प बसले. मी जवळ जाऊन त्यांच्या खांद्यावर अलगद हात ठेवला.

''प्रोफेसर, मी तुम्हाला खोटे ठरवत नाही; पण माझ्यावर विश्वास ठेवा - मी त्याचे स्पष्टीकरण देऊ शकेन. चला, तुमच्या खोलीत चला, माझा संशय घेऊ नका. आय वाँट टू हेल्प यू. या-''

त्यांच्याबरोबर मी जवळजवळ दोन तास होतो. त्यांच्यापासून काही लपवण्यात अर्थ नव्हता. डिल्यूजन, हॅल्यूसिनेशन यांबद्दलची बरीचशी प्राथमिक माहिती मी त्यांना दिली. त्यांचा उद्भव का व कसा होतो आणि त्यांच्याविरुद्ध काय उपाय योजायला हवेत, याची सांगोपांग चर्चा केली.

''प्रोफेसर, मला वेळ आणि सहकार्य द्या - आपण दोघे मिळून याच्यावर मात करू-'' मी शेवटी म्हणालो. मी त्यांचा निरोप घेतला तेव्हा पहाटेचे दोन वाजले होते. आठल्ये बाह्यत: तरी शांत झालेले दिसत होते. आत काय विचार चालले होते, याची कल्पना येत नव्हती. रात्रीसाठी मी मुद्दाम त्यांना कोणतेही औषध दिले नाही.

पहाटे पाचच्या सुमारास मी त्यांच्या खोलीत एक चक्कर टाकली. ते शांतपणे झोपलेले होते. सातला मिसेस आठल्यांचा फोन आला. प्रोफेसर आता ठीक आहेत व त्यांना नऊच्या सुमारास भेटायला यायला हरकत नाही, असे मी सांगितले. तोपर्यंत आठल्ये जागे झाले होते. जागरणामुळे डोळे जरा लाल झाले होते एवढेच; बाकी ते नॉर्मल दिसत होते.

मिसेस आठल्ये, डॉ. राव हे खोलीत असतानाच मी सुचवले, की प्रोफेसर आठल्यांनी आणखी काही दिवस नर्सिंग होममध्येच राहावे. एका रात्रीत त्यांच्यात झालेली सुधारणा पाहून मिसेस आठल्ये व डॉ. राव यांनी ती सूचना

मान्य केली. प्रोफेसर काहीच बोलले नाहीत.

दुपारी चारच्या सुमारास मी आठल्यांच्याच खोलीत चहा घेतला. त्यांच्यात अगदी सूक्ष्म असा बदल झाला होता; पण तो मला जाणवला. निरभ्र आकाशावर एखाददुसराच पांढरा ढगाचा ठिपका दिसावा, तसा तो अनिश्चित भाव मधूनच त्यांच्या चेहऱ्यावरून जात होता. मी यावर विचार करीत असतानाच आठल्ये एकदम म्हणाले, ''डॉक्टर, या तुमच्या हॉस्पिटललाच एखादे तळघर आहे का हो?''

''का बरे?'' आधी त्यांच्या प्रश्नाचा रोखच मला समजला नाही.

''मला या खोलीत चैनच पडत नाही, कंफर्टेबलही वाटत नाही. तुम्ही जर मला खाली तळघरात शिफ्ट केलेत, तर बरे होईल-''

मला त्यांच्या शब्दांनी धक्का बसला. बसायला नको होता. त्यांचे मन इतक्या लवकर ठिकाणावर येईल, ही अपेक्षाच चुकीची होती. त्यांच्या त्या विलक्षण भीतीची छाया परत एकदा त्यांच्या मनावर पसरायला लागली होती.

''प्रोफेसर, आय ॲम सॉरी. तशी जर सोय असती, तर मी तुमच्या मनासारखे खास केले असते; पण ही इमारत नवीन आहे... आणि –''

''जाऊ द्या – जाऊद्या – इट् डझंट मॅटर –' आठल्ये म्हणाले.

काही वेळेपुरती त्यांची व्यग्रता कमी झाली; पण मी निघालो तेव्हा ते म्हणाले, ''डॉक्टर, एक विनंती आहे. मला इथे अगदीच अवचितपणे आणलेले आहे – नाही तर मीच ते बरोबर आणले असते – माझ्यासाठी काही कागद आणि पेन असे काही पाठवून द्याल का?''

''अवश्य.''

संध्याकाळभर माझ्या मनात प्रोफेसर आठल्यांचाच विचार सारखा येत होता. दर अर्ध्यापाऊण तासाने कोणी तरी त्यांच्या खोलीत चक्कर टाकीत होते. ते कॉटवर पडून राहिलेले होते. अधूनमधून ट्रॅन्झिस्टरवर देशी-विदेशी बातम्या ऐकत होते. त्यांच्याशी संभाषणाचे सर्व प्रयत्न निष्फळ ठरले होते.

सव्वाआठच्या सुमारास मला नोकर तातडीने बोलवायला आला. मी त्याच्यामागोमाग आठल्यांच्या खोलीत गेलो. ते कॉटवर बसले होते. विस्फारलेल्या डोळ्यांनी समोरच्या रेडिओकडे पाहत होते. मी आत येताच त्यांची भयंकर नजर माझ्याकडे वळली. एकदोन आवंढे गिळल्यावरच त्यांना बोलणे शक्य झाले. त्यांचा आवाज घोगरा येत होता.

"आलात डॉक्टर? या, प्रत्यक्षच ऐका..."

ट्रॅन्झिस्टरचा आवाज त्यांनी जरा मोठा केला.

"ये आकाशवाणी है । अब आप देवकीनंदन पांडे से हिंदी में समाचार सुनिये..." तो चिरपरिचित आवाज कानांवर आला; पण बातम्या नेहमीच्याच होत्या- कोठे संप, कोठे निदर्शने, कोठे पूर, कोठे मंत्र्यांची उद्‌घाटनाची भाषणे... रोजचाच मसाला.

पण प्रोफेसर आठल्ये इतके का भेदरले होते? ते माझ्याकडे अशा भकास, जळजळीत, वेडपट नजरेने का पाहत होते?

"ऐकलेत? आता पटले?" ते पुटपुटले.

"प्रोफेसर, बातम्यात विशेष काहीच नव्हते-"

त्यांच्यावर या वाक्याचा अनपेक्षित परिणाम झाला. कॉटवरून उसळी घेऊन ते खाली आले, माझ्यासमोर उभे राहिले, हातवारे करीत मोठमोठ्याने ओरडायला लागले- "रोजच्याच बातम्या ! माय गॉड! तुमचे कान काय फुटलेत का? आठ वाजता अल्टिमेटमची मुदत संपताच चीनने भारतावर हल्ला चढवला आहे, हे नाही ऐकले? त्यांच्या प्रचंड विमानांनी कलकत्ता आणि दिल्ली यांच्यावर अणुबॉंब टाकले आहेत, हे नाही ऐकलेत? प्रेसिडेंटने आणीबाणी पुकारून सर्व सत्ता हाती घेतली आहे, हे नाही ऐकलेत? उद्योगधंद्यांच्या आणि मोठ्या शहरांच्या केंद्रापासून सर्व नागरिकांनी शक्य तितके दूर जावे, ही आज्ञा तुम्ही नाही ऐकली? मग ऐकले तरी काय? असो शुंभासारखे उभे काय राहिलात? पुढचे टार्गेट मुंबई ! मुंबईवर अणुबॉंब पडणार आहेत - लक्षावधी माणसे मरणार आहेत - आणि-आणि-"

त्यांचा आवाज चिरकला. भयाने आणि असाहाय्यपणाने त्यांचा चेहरा विकृत झाला. आम्हाला काहीच कल्पना नसताना त्यांनी एकदम दाराकडे झेप घेतली. आम्ही त्यांना कसे तरी आवरले. या अवस्थेत त्यांना बाहेर जाऊ देणेच शक्य नव्हते.

"मला सोडा !" ते ओरडत होते. "तिकडे माझी पत्नी एकटी आहे. निदान तिला तरी वाचवायची खटपट केली पाहिजे ! सोडा ! अहो, ती तिकडे एकटी आहे !"

त्यांना सर्व भ्रम होत आहे, हे माहीत असूनही त्यांच्या तळमळीने आणि दु:खाने माझ्या मनाला चटका बसला; कारण आठल्यांच्यासाठी ते सर्व - निदान

त्या क्षणापुरते तरी – खरे होते ! ते काहीही ऐकून घ्यायच्या मन:स्थितीत नव्हते. विकारांचा हा प्रक्षोभ त्यांना फार वेळ सहन होणे अशक्यच होते. फार वेळ या ज्योतीचा दाह सहन होणार नव्हता. काही वेळातच त्यांना केवळ थकव्याने ग्लानी आली. ते खाली कोसळले. त्यांना झोपेचे एक इंजेक्शन देऊन मी बाहेर निघालो.

ट्रॅन्झिस्टर हिंदीतून बातम्या ऐकवीतच होता.

प्रत्येक रोग्याच्या केसमध्ये व्यक्तिश: इन्व्हॉल्व्ह होणे अशक्यच असते. प्रोफेसर आठल्यांना दीर्घकाळ ट्रीटमेंट द्यावी लागणार आहे, असा विचार मनात येऊन गेला होता. रेडिओवरच्या बातम्या हा त्यांच्यासाठी ट्रिगरसारखे काम करीत होता – एवढे एक ध्यानात आले होते. पुढच्या तपासात आणखी काय काय निघणार होते, याची काही कल्पनासुद्धा करता येण्यासारखी नव्हती. निदान सध्या तरी ते शांतपणे झोपले आहेत, उद्या सकाळपासून काहीतरी निश्चय करायला हवे... तरीसुद्धा किती चमत्कारिक भास !... असे काहीतरी विचार मनात येत होते. मनाचे किती जरी पैलू खुले केले, तरी आणखी तितकेच अगम्य आहेत, ही जाणीव पुन्हा एकदा आणि प्रकर्षाने झाली.

माझी झोप अतिशय सावध आहे. त्या किंचाळीच्या पहिल्या आवाजाबरोबर मला जाग आली असली पाहिजे. एक क्षणभरच मी त्या आवाजाचा वेध घेत राहिलो – ती किंचाळी पुन्हा आली – लांबच्या लांब, आर्त, वेदनेने ओतप्रोत भरलेली – एका अर्धवट हुंदक्यात संपली –

आवाज वरून आला होता – प्रोफेसर आठल्यांची खोली !

आठ–दहा सेकंद मी त्यांच्या खोलीपाशी पोहोचलोही होतो. आम्ही बाहेरून कडी लावून घेतली होती, ती अजून तशीच होती. मी ती सरकावली आणि दार उघडले; आतून एक जळका दर्प आला.

मी दारातल्या दारातच थबकलो. खूप चमत्कारिक दृश्ये पाहायची सवय असलेल्या मलाही त्या दृश्याने खरोखर धक्का दिला. आधी माझी नजर कॉटकडे गेली होती – कॉट रिकामी होती. आणि मग मला खुर्चीच्या पायाजवळची ती काळी आकृती दिसली होती. अजूनही तिच्यातून धूर निघत होता. मनात एक भयानक शंका आली होती आणि धडधडत्या काळजाने मी पुढे सरकलो होतो.

खुर्चीच्या पायाशी प्रोफेसर आठल्येच पडले होते; पण ते आता ओळखू येत नव्हते – कारण त्यांच्या सर्व शरीराचा जळून कोळसा झाला होता. दहा सेकंदांपूर्वीच ते जिवंत होते. त्यांची किंकाळी मी ऐकली होती – आणि आता

– भट्टीतून काढलेल्या एखाद्या लाकडासारखा त्यांचा कोळसा झाला होता – निखारा झाला होता.

माझ्या मागे मला पावले ऐकू आली. मी गर्रकन वळलो, दारापाशी आलो. तिथे आलेल्या गड्याला पोलिसात वर्दी द्यायला सांगितली आणि दार आतून बंद करून घेतले. बंद खोलीत शरीर, तसे एका बंद अवकाशात मनही सापडले होते. विचारच अशक्य झाला होता. आठल्यांना मृत्यू आला कसा? त्यांच्या शरीराव्यतिरिक्त इतरत्र कोठेही आगीची, ज्वाळेची एवढीशीसुद्धा खूण नव्हती. त्यांच्या शरीराला स्पर्श करणारा खुर्चीचा एक पाय जरा होरपळला होता – पण ते मागून झाले होते – आधी आठल्यांना मृत्यू आला होता, ते खाली कोसळले होते, मग खुर्चीला जराशी धग लागली होती; पण हे झालेच कसे?

टेबलासमोरची खिडकी उघडी होती. लांबवरची दिव्यांची रास काळ्या आकाशावर झगमगत होती. वाऱ्याची एखाद-दुसरी झुळूक खोलीत येत होती; पण माझ्या अंगावर काटा उभा राहिला तो त्या वाऱ्याने नाही. माझ्या डोळ्यांसमोर असे काही तरी घडले होते, की ज्याचे स्पष्टीकरण मला देता येत नव्हते, जे सर्व सृष्टीनियमांच्या विरुद्ध होते – आणि त्यानेच माझा जीव शहारून गेला होता.

मला त्याच वेळी टेबलावरचा तो फडफडणारा कागद दिसला. मी एकदम टेबलापाशी आलो. आठल्ये शेवटी टेबलापाशी बसले होते. शेवटच्या क्षणी ते काही लिहीत होते का? मनात एकदम एक विलक्षण उत्कंठा जन्माला आली. मी आणखी पुढे वाकलो. आठल्यांनीच तो मजकूर लिहिला होता, यात शंका नव्हती. पोलिसांना यायला अवकाश होता. तेवढ्या वेळात मी ते कागद वाचून काढले. (पुढे पोलिसांच्या परवानगीने त्याची नक्कलही करून घेतलेली आहे.)

''...एखाद्या गुंगीतून जाग यावी तसा मी जागा झालो. काही तरी भयंकर घडणार असल्याची जाणीव मनाला टोचत होती. डोळे उघडले. समोर रेडिओ दिसला आणि एकदम भानावर आलो.

''युद्ध ! चीनशी युद्ध ! अणुबाँबचा वापर !

''मनात सुटकेची कल्पना आली. खोलीचे दार बाहेरून बंद आहे. खिडक्यांना जाड जाड गज आहेत. एखाद्या वेड्यासारखा खोलीभर भिरभिर फिरत होतो. वेड्यासारखा ? हे वेड्यांचेच इस्पितळ आहे–

''रेडिओ लावला. दिल्ली बंद. कलकत्ता, पाटणा, लखनौ – सर्व बंद. त्या

शहरांची राखरांगोळी झालेली असेल. एकोणीस मीटरवर एक लष्करी आवाज मोडक्या इंग्रजीत काही तरी बोलत आहे – लोकांना धीर द्यायचा प्रयत्न करीत आहे– आता ! शेवटच्या क्षणी !

''व्ही.ओ.ए ! बी.बी.सी. ! सर्व हळहळणारे निरीक्षक ! लांबून चुकचुक करणारे ! भारताचा चुराडा होत आहे – पूर्वीच्या चुका ! पूर्वीचे पातके ! हलगर्जीपणा ! भोळसटपणा ! मानसिक दौर्बल्य ! सिन्स ऑफ अवर फादर्स !''

''आता काय करू? कोठे जाऊ? आणि इथली माणसे तर अगदी मुक्या-बहिऱ्यासारखी वागतात! सगळे कसे सामसूम वाटावे, की तेच सर्व वेडे आहेत आणि मी एकटा शहाणा आहे! का सगळे पळून गेलेत?

''काय उपयोग आहे आता? पळून पळून कोठे पळणार? लाल ज्वाळांचा तो राक्षस तुम्ही जेथे असाल तेथे तुम्हाला गाठणार आहे! आणि जरी चुकूनमाकून जिवंत राहिलात, तरी पुढचे आयुष्य इतके भयंकर होणार आहे, की त्यापेक्षा मरण परवडले, म्हणाल! या अणु-राक्षसाची एक नजर-पुढच्या सर्व पिढ्या राक्षसी निपजतात-''

''निमा! तू कोठे आहेस? काय करीत आहेस? माझ्यासाठी डोळ्यांत प्राण आणून वाट पाहत असशील, नाही का गं? या चांडाळांनी मला इथे कोंडून ठेवले आहे – शेवटच्या क्षणी आपण एकमेकांपाशी हवे होतो. आपण – आपण इतके दिवस जिवाला जीव दिला... शेवटच्या क्षणी मात्र...''

''आता फार वेळ नाही... मुंबईच्या लक्ष्यावर त्यांची विमाने निघालीही असतील... किंवा एखादे क्षेपणास्त्र काळ्या आकाशातून आगीच्या धगधगत्या रेषेवरून उतरत येईल... मग शेवट!

''माझा अंदाज चुकलेला नाही.''

''आकाशात प्रचंड विमानांची घरघर ऐकू येत आहे. सर्चलाइटचे झोत वरचा काळोख कापीत विमानांचा वेध घेत आहेत – विमानविरोधी तोफा धडधडत आहेत – ट्रेसर बुलेटस्नी काळ्या रात्रीवर धगधगती जरतारी बेलबुट्टी चितारली आहे... पण त्यांना लक्ष्य सापडलेले नाही.

पहिला बॉंब... बंदराच्या भागात पडला असावा...

लखलखाटाने दाही दिशा उजळून गेल्या आहेत.

रसरसता अग्निगोल सावकाश सावकाश आकाशात चढत आहे.

मला एकदा त्याचे दर्शन झाले आहे आणि आता मृत्यू अटळ आहे.

त्या गोलाच्या गर्भात लाल-पिवळ्या-सोनेरी छटा तरळत आहेत.

आता सर्व काही संपले... शेवटी एक भयाण शांतता लाभली आहे... लक्षावधी लोकांचे प्राण हरण करणारा हा भीषण राक्षसी गोल आसुरी आनंदाने तरंगतो आहे... आता मला त्याची भीती वाटत नाही... कारण राग, भीती, प्रेम यांना काय अर्थ उरला आहे? सर्व भूभाग सोनेरी झिलईने चमकतो आहे... प्रत्यक्षात तेथे सर्व द्रव्यांचा वितळून रस झाला आहे... आणि हा धगधगता अग्निरस आता वाहायला लागला आहे... एवढ्यातच पहिली शॉकवेव्ह येईल... आणि मग हीट वेव्ह येईल... मग सर्व काही खलास.

निमा, शेवटच्या क्षणी तुझीच आठवण मनात आहे.

निमा, निमा, निमा ...

असा तो चमत्कारीक कागद!

शेवटच्या अक्षरापाशी पेन कागदावरून घसरत गेले होते... तिथे एक लांब फराटा उमटला होता.

प्रोफेसर आठल्यांच्या मृत्यूचे कारण शेवटपर्यंत समजलेच नाही.

ते भाजून मरण पावले हे खरे - पण ही ज्वाला, ही आच, ही धग कोठून आली? सर्वांचीच मती या ठिकाणी गुंग झाली होती.

माझ्या डोळ्यांसमोर त्यांच्या शेवटच्या पत्रात रेखाटलेला देखावा सारखा उभा राहत होता. त्यांना तो अनुभव येत होता किंवा आल्यासारखा वाटत होता - सायकोसोमॅटिक सिम्पटन्स इतक्या अखेरच्या थराला जातील? सायकोसोमॅटिक स्टिग्माच्या तुरळक केसेस सर्वांना माहीत आहेत - एखादा डाग, एखादा व्रण किंवा डोकेदुखी, तोतरेपणा, पाल्पिटेशन, शरीराचा थरकाप इत्यादी - पण ती शक्ती शरीरातलीच असते - येथे ते कसे लागू होईल?

आणि प्रोफेसर आठल्यांना त्यांच्या डोळ्यासमोर दिसलेले दृश्य खरोखरंच इतके असंभाव्य होते का, की ते अशक्य म्हणता येईल? कधी काळी असा संघर्ष, असा हल्ला होणारच नाही असे कोण म्हणू शकेल? उलट आजकालची परिस्थिती तर अशी आहे की असा हल्ला होण्याचीच शक्यता जास्त आहे... मला वाटायला लागले की घडण्यासारखा; पण जरा पुढच्या काळातलाच एक प्रसंग आठल्यांना त्या रात्री दिसत असावा.

मी यावर जसजसा जास्त विचार करायला लागलो, तसतशी एक अविश्वसनीय वाटणारी, चमत्कारिक अशी कल्पना माझ्या मनात दृढमूल व्हायला लागली. हाती आलेला सर्व पुरावा पाहिल्यावर माझी (निदान स्वत:पुरती तरी) खात्री झाली, की काही अपवादात्मक योगायोगाने प्रोफेसर आठल्यांचा मनाचा, बुद्धीचा, मेंदूचा, अस्मितेचा, आत्म्याचा... कशाचाही म्हणा - संबंध काही काळापुरता भविष्यातील एका कालखंडाशी जमला होता - झालेल्या प्रकाराला या एका स्पष्टीकरणाखेरीज दुसरे कारण सापडतच नाही.

काही काळपर्यंत प्रोफेसर आठल्ये किंवा त्यांच्या शरीराचा द्रव्यसंच भविष्यातील एका कालखंडाशी एकरूप पावला होता, तिथे घडत असलेल्या घटनांचा त्यांच्यावर परिणाम झाला होता - त्यांच्या आसपासच्या कोणत्याही निर्जीव वस्तूंवर कसलाही परिणाम झाला नव्हता, याचे करण हेच !

हे कसे शक्य आहे, असे तुम्ही म्हणाल आणि मला तरी त्याचे उत्तर कोठे माहीत आहे? प्रोफेसर अणुसंशोधनात गुंतलेले असायचे - त्या प्रभावी उत्सर्गाचा तर त्यांच्या मेंदूवर काही परिणाम झाला नसेल? किंवा काही एका अनामिक; पण विलक्षण तीव्र भीतीने त्यांचे मन ग्रासले होते - त्या अपूर्व ताणाखाली तर त्यांची स्वत:ची कालगणना विस्कळीत झाली नसेल? किंवा भविष्यातल्या अणुस्फोटाच्या भयानक उद्रेकात अवकाश-कालाचा पटच विस्कटून एखादा धागा मागे, भूतकाळात आला नसेल?

पण मला या विविध उपपत्तीत फारसे रहस्य राहिलेले नाही. मनाच्या विचाराने एक वेगळीच वाट घेतली आहे. मी मनाला सतत हा प्रश्न विचारीत असतो-

प्रोफेसर आठल्ये किती वर्षे भविष्यात गेले होते?

एक वर्षे? दोन? पाच?

आजची परिस्थिती कशी आहे, की वरील कोणतीही शक्यता असंभवनीय मानता येत नाही - निदान मी मानीत नाही.

आय् ॲम ए मॅन हू टेकस नो चान्सेस !

हॉस्पिटलखाली, जमिनीच्या गर्भात, वीस फूट खोल, असे एक प्रशस्त, सर्व सुखसोयींनी युक्त, हवा, पाणी, अन्न यांचा बराच पुरवठा कायम असणारे तळघर बांधायला मी सुरुवात केली आहे.

▣

नक्कल

शास्त्रजगतातले नवल म्हणून कधी कधी सांगण्यात येते, की काही काही यंत्रे अगदी माणसासारखी कामे करतात; पण पुष्कळांना कल्पनाही नसते, की या विधानाची उलटी बाजूही अगदी खरी आहे. काही काही माणसे अगदी यंत्रासारखी कामे करतात – ठराविक वेळेत ठराविक पद्धतीने, अगदी यत्किंचितही फरक न करता.

काशीनाथ भांबुरे हा या प्रकारच्या माणसांचे उत्तम उदाहरण होते. बरीच वर्षे मुंबईत नोकरी करणाऱ्या माणसाच्या जीवनात बराचसा यांत्रिकपणा आपोआप येतोच, ही गोष्ट गृहीत धरूनसुद्धा काशीनाथचे आयुष्य विस्मय वाटावे इतके यांत्रिक होते. मुंबईची स्थानिक कंपनी – तिच्यात नोकरी, त्यामुळे बदलीचा प्रश्न साऱ्या जन्मात येणार नव्हता. ऑफिसपासून बऱ्याच लांब अंतरावर, उपनगरात, पण चांगली जागा मिळाली होती; तीही कधी काळी बदलण्याचा प्रश्न येणार नव्हता–

तेव्हा आपोआप रोज सकाळची ठराविक लोकल गाडी आलीच; पण त्याची मजल त्याच्याही पुढे गेली होती. गाडीचा ठराविक डबा, त्यातही इंजिनकडे तोंड असलेली उजव्या बाजूची ठराविक जागा, स्टेशनवरून बाहेर पडण्याचे ठराविक दार, ऑफिसपर्यंत अगदी मोजकी पावले–

आपल्या मर्यादांत आपण आपले आयुष्य उत्तम रीतीने बसविले आहे, अशी त्याची खात्री होती. त्याला बदल नको होता. त्याच्या मित्रांनी त्याचे नाव

(अर्थात चांगल्या हेतूने) 'एक उत्तम स्थळ' या दृष्टीने काही वधूपित्यांना सुचविले, तेव्हा चौकशीसाठी आलेल्या सद्गृहस्थांना त्याने शांत, पण ठाम आवाजात सांगितले होते-

"मला सध्या कर्तव्य नाही. केव्हा विचार ठरेल ते मी सांगू शकत नाही. अधिक चौकशीची तसदी घेऊ नका-"

बाहेरच्या जगात जर तो इतका काटेकोरपणे वागत होता, तर मग त्याचेच खाजगी, वैयक्तिक आयुष्य किती आखीव, नियंत्रित असेल याची कल्पनाच केलेली बरी. प्रत्येक वस्तूला एक आणि एकच जागा होती आणि प्रत्येक जागेसाठी एक आणि एकच वस्तू होती. प्रत्येक कामाला एक आणि एकच वेळ होती आणि वेळेला एक आणि एकच काम ठरलेले होते. त्यात बदल, फेरफार, अधिक-उणे असह्य झाले असते-

आठवड्याच्या सातही दिवसांचे कपडे ठरलेले होते, त्यांच्या जागा ठरलेल्या होत्या, त्यांचा क्रम ठरलेला होता-

पावसाळ्याला जोरदार सुरुवात झाली होती. गुरुवारी संध्याकाळी पावसास सुरुवात झाली होती- आता शुक्रवारची रात्र होती- आणि पाऊस धूमधडाक्याने पडतच होता. चोवीस तासांत अजिबात थांबला नव्हता. काशीनाथ बरोबर दहा वाजता कॉटवर पडला होता; पण बाहेर चाललेल्या तुफानी माऱ्याने त्याला नेहमीप्रमाणे ताबडतोब झोप आली नव्हती.

उद्या शनिवार - तो विचार करीत होता. शनिवारी संध्याकाळी मेट्रोच्या पहिल्या शोला तो जाऊन बसत असे. पावसामुळे कदाचित ते जमणार नाही, असे त्याला वाटत होते. इतरांना आठवड्याच्या शेवटाशेवटास वाटणारा उत्साह त्याला कधी वाटत नसे. त्याच्या कोष्टकात सोमवार ते रविवार सर्व दिवस सारखेच होते. सर्व वार आपापली कामे घेऊन येत आणि तसेच निघून जात-

मध्येच एक अतिशय जोराचा कडकडाट झाला. त्याच क्षणी विजेच्या लखलखाटाने त्याची सर्व खोली उजळून निघाली. वीज कोठे तरी जवळपास पडली असली पाहिजे - त्याला वाटले.

त्याला झोप लागली. पावसाचा जोर इतका विलक्षण होता, की रात्री एकदोनदा त्याला अर्धवट जागही आली-

पण सकाळी तो नेहमीच्या वेळी उठला तेव्हा पाऊस थांबला होता.

दाढी करता करता खिडकीतून त्याने बाहेर पाहिले. सारी सृष्टी पावसाने अगदी झोडपून काढली होती.

"ऊन पडले तर विलक्षण उकडणार आहे–" तो स्वत:शीच म्हणाला.

स्नान आटोपून तो बाहेर आला व कपडे काढण्यासाठी त्याने कपाट उघडले. अर्ध्या वाटेवर गेलेला त्याचा हात तसाच थांबला.

तो समोरच्या कपड्यांच्या गजाकडे आश्चर्याने पाहत होता–

आज वापरायची पँट क्रमाने पुढे यायला हवी होती व तशी ती आली होती. काल वापरलेली पँट क्रमाने मागे गेली होती–

पण त्याचा हात अर्ध्या वाटेवरच थांबला होता–

कारण त्या पँटच्याही पुढे एक रिकामा हँगर होता, जो तिथे असावयास नको होता.

सात पँट्स आणि सात हँगर हे आठवड्याचे गणित होते. आजच्या व उद्याच्या अशा दोन पँट्स समोर होत्या व त्याने मोजून खात्री करून घेतली, की वापरलेल्या पाच पँट्स मागे ओळीने लटकत होत्या.

मग हा जादा, उपरा, हँगर आला कोठून?

खूप वेळा त्याला ऑफिसला उशीर झाला होता. कधीकधी तो ऑफिसला जाऊही शकला नव्हता; पण त्यामागे एखादा मोठा अपघात किंवा दळणवळणात व्यत्यय किंवा एखादा अखिल भारतीय संप अशी काहीतरी बाह्य कारणे होती व एक उसासा सोडून त्याने हे असले अपरिहार्य बदल स्वीकारले होते.

पण हे काहीतरी वेगळेच होते. त्याच्या स्वत:च्या नियंत्रणाखाली असलेल्या गोष्टीत असा बदल होणे अशक्य होते–

पण समोरच्या गजावर तो मोकळा हँगर लटकत होता–

त्याला अस्वस्थ वाटायला लागले–

एखाद्याला वाटेल, की ही किती क्षुल्लक बाब होती ! पण भली मोठी गाडी रुळावरून घसरायला एखादा क्षुल्लक नटबोल्टच पुरतो.

तो त्या हँगरकडे पाहत उभा होता–

घड्याळाची टिक् टिक् त्याच्या कानी आली.

वेळ जात होता. आधीच त्याची तीन मिनिटे वाया गेली होती.

निरुपाय होऊन व जराशा अनिच्छेने त्याने मागची पँट काढली–

त्या आगंतुक हँगरजवळून हात नेताना त्याला वाटले, की आपल्या सर्व शरीरातून विजेसारखी एक शिरशिरी निघून गेली–

सकाळी मनात आलेली अस्वस्थता दिवसभर त्याचा पिच्छा पुरवत राहिली. ऑफिसच्या कामाकडे त्याचे हवे तसे लक्ष लागत नव्हते. त्याच्या डोळ्यांसमोर सारखा तो हँगर येत होता – रात्रीच्या वेळी कोठून तरी अवचितपणे उपस्थित झालेला, दिवसाच्या वेळी साळसूदपणे गजावर लटकणारा तो रिकामा हँगर–

विमनस्क मनाने तो परत आला. खोलीचे कुलूप उघडताना त्याला दिसले, की आपले हात कापत आहेत–

तो खोलीत आला व सरळ कपाटाकडे गेला.

जराशा रागानेच त्याने दार खसृदिशी उघडले–

पँटच्या रांगेसमोर फक्त एक हँगर लटकत होता – सहा पँट्स व एक रिकामा हँगर – बेरीज सात आणि बरोबर !

तो आरामखुर्चीत बसला. त्याचे समाधान होत नव्हते. आपल्याला दिसलेल्या गोष्टीचे तो स्वत:ला समाधानकारक स्पष्टीकरण देऊ शकत नव्हता. सकाळी हँगर दिसला ते खरे, की आता हँगर दिसत नाही हे खरे ? तो ताड्दिशी खुर्चीवरून उठला व त्याने गजावरून हात फिरवला – तिथे काहीही नव्हते – म्हणजे सात हँगर्सशिवाय.

आपण काय केले हे पाहताच त्याला धक्का बसला.

"छे ! असे उपयोगी नाही." तो स्वत:ला सावरत म्हणाला–

त्याने पायातले बूट काढले, त्यात मोजे घातले व हाताने बूट उचलून तो दाराजवळ रॅकपाशी गेला.

आणि त्याच्या हातून बूट एकदम लादीवर पडले–

कारण रॅकमध्ये खालच्या कप्प्यात एक नवा ब्राऊन बूट होता–

एकच, नवा कोरा, उजव्या पायाचा डार्क ब्राऊन बूट !

काही गोष्टी डोळ्यांना दिसल्या, तरी मेंदूला त्यांचा खरा अर्थ लावायला वेळ लागतो. सत्यसृष्टीशी, ठराविक संकेतांशी, त्या इतक्या विसंगत असतात, की कोणत्याही संदर्भाच्या चौकटीत त्या बसतच नाहीत–

काशीनाथ कितीतरी वेळ त्या एकाच नव्या कोऱ्या बुटाकडे पाहत होता. इथे वेगळे, चुकीचे असे काय आहे, हे त्याला लवकर उमगेनाच; पण काहीतरी

बरोबर नाही, हे मात्र सारखे जाणवत होते-

जेव्हा त्याला ते ज्ञान झाले तेव्हा एखादा फटका बसल्यासारखा तो मागे कोलमडला - विस्फारलेल्या डोळ्यांनी तो त्या बुटाकडे पाहतच राहिला - कारण तो बूट त्याचा नव्हता !

कोणत्याही रीतीने त्याचे स्पष्टीकरण करता येत नव्हते.

आधी हँगर आणि आता हा बूट !

घाईघाईने तो खोलीबाहेर पडला.

माझ्या खोलीत हा काय प्रकार चालला आहे? तो मनाशी सारखा विचार करीत होता. कोणीतरी त्याची थट्टा करीत होते का? शक्य नाही ! इतक्या निकट परिचयाचा त्याचा कोणी मित्रही नव्हता आणि या प्रकारांना अर्थ तरी काय होता?

पण हे प्रकार त्याच्या खोलीतच का होत होते?

आणि त्याहूनही महत्त्वाचे - हे कसे होत होते?

विचारांना सारे रान मोकाट झाले होते; पण नक्की दिशा अशी कोणतीच नव्हती. एक गोष्ट स्पष्ट झाली होती - कोणाच्या खास हेतूने असो अगर योगायोगाने असो- त्याच्या खाजगी आयुष्याला सुरुंग लागला होता ! ते पार उलटेपालटे झाले होते !

रात्री खूप उशिरापर्यंत तो लहानसहान रस्त्यावरून, मोठमोठ्या हमरस्त्यावरून निर्हेतूकपणे भटकत होता. जेव्हा त्याचे घड्याळाकडे लक्ष गेले तेव्हा साडेनऊ वाजून गेले होते. खाणावळीची वेळ संपून गेली होती-

आणि त्याची परत जायची वेळ आली होती - कारण त्याला परत हे जावे लागणारच होते - तो असा भटकून किती वेळ काढणार ?

पण त्या-त्या खोलीत परत जायचा विचार त्याला सहन होईना. आपल्या अंगावर सरसरून काटा आल्यासारखे त्याला वाटले.

आणि आता प्रथमच त्याच्या मनात तो विचार आला.

आपल्याला काहीतरी विलक्षण भास होत आहेत ! खरोखर आपण त्या दोन्ही वेळी पळून जायला नको होते. समोरच्या हँगरला किंवा बुटाला प्रत्यक्ष हात लावून पाहायला हवा होता - मग सगळी शहानिशा झाली असती-

पण हे विचार त्याच्या बावरलेल्या मनाला धीर देऊ शकले नाहीत. त्याची

पावले खोलीकडे जायला नाखूश होती - अगदी पुरता दमल्यावर नाइलाजाने तो खोलीकडे परत वळला.

त्याने दार कसेतरी उघडले. आत अंधार होता. भिंतीच्या बटणापर्यंत पोहोचेतो त्याची दमछाक झाली होती. दिवा लावून तो गरर्कन् त्या शूरॅककडे वळला. मघाशी दिसलेला बूट नाहीसा झाला होता.

त्याचे विचार संमिश्र होते. बूट दिसला नाही याचे समाधान मानायचे का असमाधान मानायचे, हे त्याला ठरविता येईना.

कितीतरी वेळ तो त्या उजळलेल्या खोलीत तसाच नुसता बसून राहिला. शरीर व मन दोन्ही विलक्षण थकले आहे असे त्याला वाटत होते. कोणतीही हालचाल किंवा कोणताही विचार नकोसा वाटत होता.

त्याचे रोजचे रूटीन कोठच्या कोठे गडप झाले होते.

कसेतरी कपडे बदलून तो कॉटवर आडवा झाला.

झोप कितीतरी वेळ लागतच नव्हती. विलक्षण थकव्यामुळे मधूनमधून डुलक्या येत होत्या, तेवढ्याच काय त्या. आणि दरवेळी तो दचकून, धडधडत्या काळजाने जागा होत होता. त्याला सारखे वाटत होते, की आपण कशाची तरी वाट पाहत आहोत; पण कशाची हे त्याचे त्यालासुद्धा सांगता आले नसते.

रात्र कशी तरी उलटली व सकाळ झाली; पण त्याला तर एका क्षणाचीही विश्रांती मिळाली नव्हती. रात्रीपेक्षाही त्याला आता जास्तच थकल्यासारखे, शीण आल्यासारखे वाटत होते.

दिवसाची सर्व कामे त्याच्या डोळ्यांसमोर उभी राहिली व त्याला साऱ्याचा विलक्षण कंटाळा आला. कॉटवर पडल्या पडल्या त्याने ठरवले, की आज ऑफिसला जायचेच नाही - सरळ फोन करून 'प्रकृती बरी नाही' म्हणून कळवायचे. त्याचे आजवरचे रेकॉर्ड इतके उत्तम होते, की त्याला कोणीही काहीही विचारणार नव्हते.

काशीनाथ उठला, बाथरूममध्ये गेला, तोंड वगैरे धुतल्यानंतर त्याला बरेच ताजेतवाने वाटले व टॉवेलला तोंड व हात पुसत पुसत तो बाहेरच्या खोलीत आला. त्याच्या नकळत त्याची नजर आधी कपड्यांच्या कपाटाकडे व मग शूरॅककडे वळली.

एकाएकी त्याला वाटायला लागले, की खोलीत काहीतरी बदल झाला आहे. कपाळाला आठी घालून त्याने चारी बाजूंना नजर फिरवली. खोली एकदम भरल्यासारखी वाटत होती.

पुन्हा एकदा त्याची नाडी जलद धावायला लागली होती.

खोलीतल्या एकेका वस्तूवरून त्याने सावकाश नजर फिरवली.

कपाट, टेबल, रेडिओ, खुर्च्या-

त्याची नजर अडखळली व खुर्च्यांवरून परत परत फिरायला लागली.

खोलीत तीन बसक्या, हिरवट वेताने विणलेल्या खुर्च्या होत्या !

पण हे चूक होते ! तिथे तीन खुर्च्या असावयास नको होत्या !

त्याच्या मालकीच्या, हौसेने खरीदलेल्या दोनच खुर्च्या होत्या !

ही आणखी एक, अगदी तशीच पण अनाहूत खुर्ची कोठून आली?

का त्याचीच काही चूक होत होती?

त्याच्या खुर्च्या मुळात होत्या किती? दोन का तीन?

त्याला खरोखर खुर्ची दिसत होती, का भास होत होता?

भास होत असला, तर कोणती खुर्ची खोटी होती?

काय विचार करावा हेच त्याला सुचेना - आणि त्या विलक्षण खोलीत क्षणभरही थांबवेना - त्याला वाटले, आता आपल्याला भोवळ येणार आहे व आपण खाली पडणार आहोत.

त्याला आधार हवा होता; पण समोर मांडलेल्या खुर्च्यांकडे जायची त्याची छाती होईना. या तिन्हीतून खोटी खुर्ची तो कशी शोधून काढणार ?आणि चुकून नको त्या खुर्चीला हात लागला तर-?

त्याला गुदमरल्यासारखे वाटायला वागले. आपण कोणत्या तरी विलक्षण सापळ्यात सापडत आहोत, असे त्याला वाटायला लागले-

त्याला कोणाची तरी मदत हवी होती, सल्ला हवा होता-

त्याच्या सांगण्यावर कोणाचा विश्वास बसेल?

एक जादा हँगर, एक जादा बूट, एक जादा खुर्ची- !

अशा गोष्टी कोठे घडतात? वेड्यांच्या इस्पितळात !

त्याला वेड लागले होते का? कोण सांगेल?

अशा गोष्टी कोणाजवळ बोलून दाखवायच्या?

डॉक्टर !

डॉक्टरने काशीनाथला बसवून घेतले होते. त्याला वेळ आहे, असे कळल्यावर त्यांनी त्याला गर्दी कमी होईपर्यंत थांबवून घेतले होते- व मग त्याने डॉक्टरना सर्व काही सांगितले होते - आधी त्याचे शब्द अडखळत येत होते, त्याला संकोच वाटत होता; आपली जीभ बळेच रेटावी लागत होती; पण त्याचा प्रांजळपणा व ते चमत्कारिक अनुभव सांगताना होणारी त्याची चलबिचल त्यांना अगदी उघड दिसत होती.

त्याचे बोलणे पूर्ण होईपर्यंत ते मध्ये एक शब्दही बोलले नाहीत.

मग त्यांनी काशीनाथला एकामागोमाग एक असे शेकडो प्रश्न विचारले. आजवरचे त्याचे आयुष्य, त्याच्या आवडीनिवडी, त्याचे छंद, सर्व काही त्याच्याकडून काढून घेतले.

मग ते बराच वेळ स्वतःशीच विचार करीत बसले. जेव्हा काशीनाथला वाटले, की ते आता काहीतरी बोलणार आहेत तेव्हा त्याने एक हात वर करून त्यांना थांबवले व तो अजीजीच्या स्वरात म्हणाला,

"डॉक्टर, माझी एक रिक्वेस्ट आहे-"

"काय?"

"तुम्ही माझ्याबरोबर चला व प्रत्यक्षच पाहा-"

त्यांनी काशीनाथकडे जरा निरखून पाहिले व शेवटी ते म्हणाले,

"ठीक आहे - तुम्ही म्हणतच असलात तर चला-"

त्यांच्याच गाडीतून दोघेजण त्याच्या ब्लॉकवर आले-

काशीनाथने खोलीचे दार उघडले. दार उघडताना हातांची थरथर, छातीतली धडधड ही आता नेहमीचीच गोष्ट झाली होती. त्याने दार धाड्दिशी उघडले व एक मोठा श्वास घेऊन तो आत आला-

तिन्ही खुर्च्या होत्या तशाच मूकपणे बसल्या होत्या-

दाराच्या आत एका पावलावर काशीनाथ थांबला. तो बोलला तेव्हा त्याच्या आवाजातही कंप यायला लागला होता-

"डॉक्टर ! या पाहा तीन खुर्च्या ! आणि यातली एक काल रात्री येथे नव्हती ! माझ्यापाशी आज सकाळपर्यंत दोनच खुर्च्या होत्या !''

डॉक्टर काही न बोलता खोलीत आले. एक सेकंदभर ते समोर पाहत उभे राहिले व मग सरळ एका खुर्चीकडे गेले व तीमध्ये बसले.

"ही तर अगदी खरी, सॉलिड् वाटते ना?'' ते हसत म्हणाले.

त्या खुर्चीतून उठून ते दुसऱ्या खुर्चीत बसले व मग शेवटी ते तिसऱ्या खुर्चीत बसले. तोंडावर हात ठेवून काशीनाथ त्यांच्याकडे पाहत होता.

"तुमची खात्री झाली का?'' शेजारची खुर्ची हाताने थोपटीत डॉक्टर म्हणाले, "या बसा ! भिऊ नका ! या अगदी साध्या, लाकडी, नेहमीच्या, अगदी सामान्य खुर्च्या आहेत ! या !''

"पण डॉक्टर !'' विश्वास न बसून काशीनाथ म्हणाला, "हे कसे शक्य आहे?'' हवे तर मी तुम्हाला दोन खुर्च्यांचे बिल दाखवतो ! ही तिसरी खुर्ची माझ्या खोलीत आली कोठून?''

"तुम्ही इकडे या तर खरे ! या खुर्चीवर बसा - मग त्या दुसऱ्या खुर्चीवर बसा- आधी खात्री करून घ्या, की या खुर्च्या खऱ्या आहेत - तुम्हाला वाटले तसा भास वगैरे काही झालेला नाही. या !''

एकेक पाऊल मोठ्या कष्टाने टाकीत काशीनाथ पुढे आला. त्याची आता भयभीत झालेली नजर त्या खुर्चीवर खिळली होती-

शेवटी डॉक्टर उठले व त्यांनी काशीनाथला जवळजवळ ढकलतच एकामागून एक तिन्ही खुर्च्यांत बसवले. दर वेळी तो आपले अंग अगदी चोरून घेत होता. त्याचे सर्व शरीर विलक्षण ताठ झाले होते-

"आता पटली ना तुमची खात्री? खुर्च्या खऱ्या आहेत ना?''

"हो- हो- ते झाले- पण-''

"पण काय ते सांगतो. तुम्ही इतके एकटे एकटे का राहता? स्वत:मागे तुम्ही कोणताही छंद का लावून घेत नाही? तुमच्या स्वत:खेरीज बाहेरच्या कोणत्याही गोष्टीत तुम्हाला अजिबात स्वारस्य कसे वाटत नाही?'' प्रत्येक प्रश्नाबरोबर डॉक्टर आपले बोट त्याच्यासमोर हलवीत होते.

"मि. भांबुरे, अशा अनैसर्गिक वागण्याने तुम्ही स्वत:वर केवढी आपत्ती ओढवून घेतली आहे पाहा ! मानव हा समूहप्रिय प्राणी आहे - तो जगात मिसळतो - स्वत:चे काहीतरी इतरांना देतो, त्यांच्याकडूनही त्याला काहीतरी

मिळते. त्याचे आयुष्य समतोल राहते-''

"ते काहीही असो !'' काशीनाथ हटवादीपणाने म्हणाला, ''त्याने आता होत असलेल्या घटनांचे स्पष्टीकरण होते का?''

"का नाही होणार? या गोष्टी दुसरे कोणी करीत नाही - तर तुम्हीच करीत आहात, आले लक्षात?''

"मी?'' आता मात्र खऱ्या आश्चर्याने काशीनाथ म्हणाला.

"मग दुसरे कोण? दिवसाच्या चोवीस तासांचा हिशेब तुम्हाला देता येईल का? तुम्हीच हे सर्व केले आहेत व मग विसरून गेला आहात. हा अगदी सौम्य असा स्मृतिभ्रंशाचा झटका आहे-''

"तुम्हाला असे म्हणायचे आहे का, की मीच हा हँगर, हा बूट-''

"यस् - यस् ! तुम्ही स्वतःच ! मनुष्य म्हणजे काय यंत्र आहे असे अगदी रेखीव आयुष्य जगायला? मनात वेगवेगळ्या इच्छा येत असतात, नाना प्रकारचे विचार येतात - इतरांच्यात माणूस मोकळेपणाने मिसळला, की शब्दांच्या, थट्टा- विनोदाच्या रूपाने ही वाफ दवडली जाते. मनावरचा ताण कमी होतो. तुम्ही स्वतःला हा वाव दिलाच नाही - आणि आता तुम्हीच स्वतः, पण जागत्या मनाला जाणवणार नाही अशा रीतीने या लहानसहान गोष्टी करीत आहात -'

"एखादी खुर्ची मी स्वतः आणलेली मला आठवणार नाही?''

"अहो भांबुरे ! लोक याहीपेक्षा भयंकर गोष्टी करतात व पार विसरून जातात ! तुमची केस अगदी साधी, सरळ आहे-''

"आणि आता तुम्ही काय सुचवता?''

"काही दिवस विश्रांती घ्या. रोजचे रुटीन बदला. हवे तर आठपंधरा दिवस बाहेरगावी जाऊन या. मी काही औषधे सुचवतो; पण ती केवळ बाह्यात्कारी आहेत. खरा उपचार तुमच्या स्वतःकडूनच व्हायला हवा. मग पाहा कशी झपाट्याने सुधारणा होईल ते-''

त्यांनी खिशातून लहानशी डायरी काढली व त्यावर भराभर काहीतरी लिहून तो कागद फाडून त्याच्या हाती दिला.

"काही रात्री या गोळ्या घ्या; पण लक्षात ठेवा ! तुम्हाला खूप आणि संपूर्ण बदल हवा आहे ! स्वतःकडे दुर्लक्ष करू नका !''

त्याचा निरोप घेऊन डॉक्टर गेले.

डॉक्टरांना दारापर्यंत पोहोचवून काशीनाथ परत खोलीत वळला आणि परत दारापाशीच थबकला. डॉक्टरांनी सांगितलेला एकही शब्द त्याला पटला नव्हता. त्याने वाद घातला नव्हता. कारण झालेल्या प्रकारांना त्याच्याजवळ दुसरे स्पष्टीकरण नव्हते-

पण स्मृतिभ्रंश? हं ! त्याचा त्यावर कधीही विश्वास बसला नसता.

स्वत:शीच अप्रामाणिकपणा करण्याची त्याला आवश्यकता नव्हती व दिवसाच्या कोणत्याही क्षणी तो ठामपणे म्हणू शकला असता, की मी पूर्ण सुखी आहे, पूर्ण समाधानी आहे. आहे त्यापेक्षा आयुष्याकडून त्याची कोणतीही जास्त अपेक्षा नव्हती - हे असेच कायम चालू राहावे.

स्मृतिभ्रंश? छट् ! इथे वेगळेच काहीतरी घडत होते. डॉक्टरांची विचाराची दिशाच चुकली होती-

त्याला स्वत:लाच या गुढाचे रहस्य शोधून काढणे भाग होते-

हात पसरून, मूक आमंत्रण देणाऱ्या त्या तीन खुर्च्या ! त्यांच्यावर त्याची नजर फार वेळ थांबतच नव्हती- आणि त्याची खात्री होती की, त्याच्या कोड्याचे उत्तर त्यातच कोठे तरी आहे.

त्याला त्या खुर्च्या किंवा त्यातली उपरी कोणती तरी एक म्हणा, दृष्टीसमोरही नको होत्या; पण असे दुर्लक्ष करून भागणार नव्हते-

जवळ जाऊन त्यांचे निरीक्षण करावे लागणार होते-

जवळ जाऊन-! पुन्हा त्याच्या सर्वांगावर काटा उभा राहिला.

स्वत:च्या मनातला तिरस्कार, किळस कशी तरी दूर करून तो त्या खुर्च्यांजवळ गेला. प्रत्येकीला त्याने ओझरता हात लावून पाहिला-

त्याला वाटले, कोणी जर आपल्याला आता असे करताना पाहिले तर त्याची खात्रीच पटेल, की या माणसाला वेड लागले आहे.

कशा तरी ओढून त्याने त्या खुर्च्या एका सरळ रांगेत मांडल्या व मग समोर बसून अत्यंत बारीक नजरेने तो त्यांची पाहणी करू लागला.

त्याच्या नियंत्रित आयुष्यात प्रत्येक गोष्टीला एक कारण होते.

आता या खुर्चीच्या हातावरचा काळा डाग ! त्याच्या एका मित्राने इथे सिगारेट विझवली होती ! काशीनाथ मनातल्या मनात खूप रागावला होता. तो डाग घासून, तिथे पॉलिश मारायचे त्याने ठरवले होते; पण ते काम तसेच

राहून गेले होते; पण आता त्याला या विस्मृतीचा किती आनंद झाला ! एका खुर्चीची नेमकी ओळख पटली होती ! ती खुर्ची त्याने रांगेबाहेर ओढून काढली. ती त्याला एकदम सुरक्षित वाटू लागली होती !

मग उरलेल्या दोन खुर्च्या त्याने तपासल्या–

त्याची नजर जशी त्यांच्यावर खिळली तशी त्याला एक चमत्कारिक शंका यायला लागली. क्षणाक्षणाला त्याची खात्री पटत चालली. तो एकदम उठून अगदी जवळ येऊन बसला. त्याला वाटले तेच खरे होते ! संशयाला तसूभरही जागा नव्हती !

एक खुर्ची दुसऱ्या खुर्चीची अगदी हुबेहूब नक्कल होती !

लाकडाच्या रेषा, लहानसहान चरे, ओरखडे, पॉलिश गेल्यामुळे किंचित पांढरट दिसणारे भाग – सर्व काही ! हा योगायोग नव्हता ! एक लाख खुर्च्यांतूनही दोन इतक्या सारख्या निघणे शक्य नव्हते !

एखादा झटका बसल्यासारखा तो मागे सरला.

हा काय प्रकार होता?

आधी हँगर – मग बूट – मग खुर्ची –

श्वास परत जोराने यायला लागला. डोळ्यांवर झापड आल्यासारखे वाटायला लागले. छाती धडधडायला लागली.

त्या दोन्हीपैकी खरी खुर्ची कोणती आणि खोटी...

खोटी तरी कशी म्हणायची? दोन्हीतला फरक तरी कळत होता का?

मग बनावट ! नकली ! नकली खुर्ची कोणती?

त्याला खोलीत राहणे अशक्य झाले; पण तो बाहेर तरी कोठे जाणार? आणि सारखा बाहेर बाहेर तरी किती वेळ राहणार?

या प्रकारावर त्याच्याजवळ काय इलाज होता?

काही नाही ! जागा सोडून द्यायची आणि पूर्ण माघार घ्यायची !

पण म्हणजे त्याच्या आजवरच्या साऱ्या आयुष्याची धूळधाण !

त्या खुर्चीकडे न पाहता त्याने स्नान वगैरे उरकले, कपडे केले व बाहेरची वाट धरली. ऑफिसचे तो इतका वेळ पार विसरलाच होता ! केवढा बदल ! केवढा क्रांतिकारी बदल ! काल संध्याकाळी खोलीवर परत येईपर्यंत त्याचे सारे काही व्यवस्थित होते.

एका रात्रीत सर्व खलास !

त्याने ऑफिसला फोन केला. जेवण केले. दुपारी तो मुंबईला गेला. संध्याकाळपर्यंत कसा तरी वेळ काढला; पण रात्री त्याचा नाइलाज झाला. त्याचा असा एकही जवळचा मित्र नव्हता, की ज्याच्याकडे तो अनौपचारिकपणे रात्रीच्या मुक्कामाला राहू शकला असता.

डॉक्टरांचे शब्द खरे ठरत होते; पण वेगळ्या अर्थाने !

परत आल्यावर तो कितीतरी वेळ बाहेरच्या व्हरांड्यातच उभा होता. बिल्डिंगमध्ये जाणारे-येणारे लोक त्याच्याकडे एक कुतूहलाची नजर टाकून आपल्या उद्योगाला लागत होते. 'तुम्हाला काय हवे?' असे त्याला कोणी विचारलेही नाही.

असाहाय्यपणे त्याने खोली उघडली व आत प्रवेश केला.

दिवा लावला तेव्हा त्याचा श्वास छातीतच कोंडला होता.

खोलीत दोन खुर्च्या होत्या.

स्फोटासारखा त्याचा श्वास बाहेर पडला.

झाली ही गोष्ट चांगली का वाईट हे त्याला कळेनाच.

हँगर-बूट-खुर्ची - आता काय?

खोल्या उलथ्यापालथ्या केल्या असत्या, तर समजले असते; पण त्याला आता ही यातायात नकोशी झाली होती.

समजा, त्याला आणखी एखादी नकली वस्तू सापडली...

पुढे काय? त्याला तर काहीच करता येत नव्हते.

त्याला वाटले - हा ताण आपल्याला कायम सहन होणार नाही.

डॉक्टरांचा सल्ला घेतला पाहिजे. थोडासाच बदल नाही, तर हे आयुष्य पार मुळापासून उखडून काढले पाहिजे. अथपासून इतिपर्यंत बदलले पाहिजे. उद्याच्या उद्याच !

तासभर तळमळ करूनही त्याला झोप येईना...

डॉक्टरांनी सुचविलेली एक गोळी त्याने पाण्याबरोबर घेतली.

तो पायपिटीने थकला होता. गोळी प्रभावी होती, तरीही त्याची झोप शांत नव्हती. चित्रविचित्र स्वप्ने पडत होती.

एकदा त्याला वाटले, की आपण एका भयाण, काळ्याकभिन्न, अंधाऱ्या ओसाड अशा विस्तीर्ण पठारावर उभे आहोत. सर्वत्र एक प्रकारचा लालसर प्रकाश पसरला आहे; आणि थंडी-थंडी!

तो दचकला. ते दृश्य विरघळले.

पुन्हा एकदा त्याला वाटले, की आपण अथांग अवकाशात तरंगत आहोत. रंगीबेरंगी, लहानमोठ्या ताऱ्यांचा आपल्याभोवती खच पडला आहे. आपल्याला कोठेतरी जायचे आहे - कोठेतरी...

तो खडबडून अर्धवट शुद्धीवर आला. तेही चित्र विरघळले.

आणखी एकदा त्याला वाटले, की काळ्या रात्रीतून आपण महान वेगाने जात आहोत. अवकाशातला एक सोनेरी ठिपका सपाट्याने जवळ येत आहे. तो जवळ आला. एखाद्या प्रचंड सोनेरी कमळासारखा उलगडला. त्याच्या आसपास काही तरी विलक्षण उत्पाती कल्लोळ चालला होता. प्रकाश लखलखत होते, आवाज घुमत होते - अशी एक लखलखणारी ठिणगी त्याला भिडली. त्याच्याभोवती तेजाचे वलय उभे राहिले. तो खाली जाऊ लागला.

पुन्हा एकदा काशीनाथ अर्धवट जागा झाला व स्वप्न विरून गेले.

असा जागृती व निद्रा यांच्या सीमारेषेवर तो हेलकावे खात होता.

त्याला वाटले, आपले सर्व अंग बधिर झाले आहे. हालचाल करणे अशक्य आहे. सर्व शरीराला बारीकबारीक सुया टोचल्यासारखे वाटत होते. काही तरी त्याच्याजवळ येत होते - काहीतरी...

त्याचे डोळे खाड्दशी उघडले...

पण या वेळी आसपासचे दृश्य नाहीसे झाले नाही.

खरोखरीच त्याचे सर्व अंग बधिर झाले होते. फक्त डोळे सोडले, तर त्याला इतर कोणत्याही अवयवांची हालचाल करता येत नव्हती. त्याची नजर अर्धप्रकाशित खोलीत गरगर फिरत होती.

डोळ्याच्या अगदी कोपऱ्यातून त्याला काहीतरी दिसले.

जीवघेण्या वेदनांकडे दुर्लक्ष करून त्याने मान किंचित वळवली.

कॉटवर, त्याच्याशेजारीच, काही तरी होते.

अजून त्याला नीट रंग, रूप, आकार नव्हता. ते एखाद्या कापसाच्या ढिगासारखे वाटत होते; पण लांबच लांब पसरलेला तो आकार पाहून काशीनाथची भीतीने बोबडीच वळली.

त्याच्या अंगाचा बधिरपणा कायम होता, वाढलाही होता...

नाही तर होता तसाच तो धावत पळत तो खोलीबाहेर पडला असता...

त्याच्या शेजारच्या आकाराला स्पष्टपणा येत होता, रेखीवपणा येत होता आणि आता यातून जो एक सुचकपणा जन्म घेऊ पाहत होता, तो मात्र भयानक होता.

त्याच्या शेजारी कॉटवर एका माणसाची आकृती घडविली जात होती.

सर्व शरीरभर अजून त्या टोचण्या जाणवत होत्या. त्याला असे वाटत होते, की आपल्या शरीराचा प्रत्येक कण एका अदृश्य धाग्याने शेजारच्या त्या निश्चल, पण त्या क्षणाक्षणाला अधिक रेखीव होत जाणाऱ्या आकृतीला जोडला गेला आहे.

एक क्षणभरच त्याची मती कुंठित झाली.

व मग लखलखत्या विजेसारखा सर्व रहस्यावर प्रकाश पडला.

त्याला सर्व रहस्याची उकल झाली.

आणि सत्य आपल्या निर्घृण स्वरूपात समोर उभे राहिले.

त्याची नक्कल तयार होत होती !

अवयवांच्या निर्जीवतेबरोबरच किंवा त्यामुळे, त्याच्यात एक प्रकारचा हताशपणा आला होता. घडत असलेल्या घटनांचा तो एक निष्क्रिय निरीक्षक होता. या साऱ्याचा अंत काय होणार आहे, येथपर्यंत त्याच्या विचाराचा पल्ला अजून पोहोचला नव्हता–

पण सुरुवात केव्हा व कशी झाली हे मात्र त्याला समजले होते.

दोन रात्रींपूर्वीचे वादळी थैमान ! विजांचा लखलखाट !

तेव्हाच हे घडले...

त्या वेळी त्याच्या खोलीत काहीतरी शिरले.

सर्वसाधारणपणे जाणवण्यासारखे ते नव्हते.

फक्त त्याच्या चाणाक्ष व काटेकोर दृष्टीलाच त्या अस्तित्वाचा परिणाम जाणवला होता. तो नकली हॅंगर !

त्याच्यात इतर गुणदोष काय होते, त्याचे रंग–रूप–स्वभाव काय होता, ते सहेतुक होते का निर्हेतुक होते, सजीव होते का निर्जीव होते – कशाचीच त्याला कल्पना नव्हती –

पण त्यातली एक विशिष्ट शक्ती त्याने अनुभवली होती.

हुबेहूब अनुकरण करण्याची भयंकर शक्ती !

त्यासाठी द्रव्य कोठून येत होते, ते साधे होते का आणखीच काहीतरी होते, हे सारे प्रश्न त्याच्या आवाक्याबाहेरचे होते-

पण सर्व प्रकारांतली एक चढती श्रेणी सहज ध्यानात येत होती.

आधी साधा लाकडी हँगर - मग त्यापेक्षा जरा जास्त मोठा, जरा जास्त अवघड असा एक बूट - मग त्याहीपेक्षा मोठी कठीण अशी खुर्ची...

आणि आता मानवी शरीर !

ती क्रिया सावकाशपणे व अविरोधपणे चालू होती. त्याच्या सर्व अवयवांवर, डोळे सोडले तर, इतर सर्व इंद्रियांवर एका विलक्षण शिथिलतेचा पगडा बसला होता. तो हलू शकत नव्हता, आवाज करू शकत नव्हता; फक्त समोरचा अघोरी प्रकार पाहू शकत होता !

थरावर थर चढत होते; आकृतीला घोटीवपणा येत होता.

त्याच्या कपड्यांची नक्कल होत नव्हती. फक्त त्याच्या शरीराचीच आकृती तयार होत होती; आणि भीतीचा एक आणखी धक्का बसून त्याच्या लक्षात आले - पवित्राही त्याने घेतलेलाच उमटत होता-

म्हणजे - म्हणजे - त्या - त्या आकृतीचा चेहरा त्याच्याकडेच वळलेला राहणार होता...

त्याची आतल्या आत विलक्षण घालमेल चालली होती; पण ती अबोल होती. तिचे बाह्य सृष्टीवर कोणतेही चिन्ह उमटू शकत नव्हते.

एका अदृश्य पिंजऱ्यात तो बंदिवान झाला होता.

सहन करण्यापलीकडे त्याच्या हाती काहीही नव्हते.

समोर कणाकणांनी घडविल्या जाणाऱ्या त्याच्या भ्रष्ट प्रतिमेकडे तो हतबल होऊन पाहत होता. त्वचेला रंग आला - डोळ्यांवर केस आले - बारीकसारीक खुणाही उमटल्या...

डोळ्यांच्या खोबणीत पांढरा कॉर्निया आला - त्यात भुऱ्या रंगाची बुबुळे; आली.

आताच्या क्षणी ती आकृती मेणाच्या एखाद्या पुतळ्यासारखी दिसत होती-

त्याची छाती इतक्या जोराने धडधडत होती, की त्याला वाटले हा ताण

आता आपल्याला असह्य होणार आहे व आपले काळीज उराच्या चिंधड्या करून फुटणार आहे.

हा असह्य ताण क्षणभर टिकला. त्याचे सर्व अंग सुईच्या अग्रावर तोलल्यासारखे डगमगत होते.

आणि दुसऱ्याच क्षणी ते कोसळले. विनाशाच्या गर्तेत कोसळले.

समोरच्या चेहऱ्यातली बुबुळे गर्रकन् फिरली.

आणि त्याच्यावर खिळली...

काशीनाथच्या मनातल्या रागाची, भीतीची, तिरस्काराची भरती संपली होती. त्याच्या जीवनशक्तीला ओहोटी लागली होती.

त्याचे भविष्य अटळपणे, अपरिहार्यपणे त्याच्याकडे येत होते.

या अंतिम क्षणी त्याच्या मनाचा कशाशी तरी संपर्क आला.

ते काहीतरी अमानवी होते, निर्विकार होते, बेफिकीर होते.

मानसिक स्पर्शाचा हा एक क्षण; पण तो युगान्तापर्यंत ताणला गेला आहे, असे काशीनाथला वाटले.

हे मानसिक दळणवळण तिरस्करणीय होते – घृणास्पद होते; पण ते त्याच्यावर लादले गेले होते. त्याच्या सर्व प्रश्नांना उत्तरे मिळत होती.

तू कोण आहेस?

– मला माहीत नाही.

तू कोठून आलास?

– मला माहीत नाही.

तू केव्हा आलास?

– परवाच्या वादळी रात्री.

तू कसा आलास?

– लखलखत्या ठिणगीवर बसून.

(स्वप्नातले(?) एक चित्र काशीनाथसमोर स्पष्टपणे उभे राहिले.)

इतके दिवस कोठे होतास?

– काळ्या पोकळीत तरंगत होतो.

(आणखी एक चित्र !)

त्याआधी कोठे होतास?

– निष्प्राण झालेल्या आमच्या जगात.

(आणखी एक स्वप्नचित्र !)

तूच वेगवेगळ्या वस्तूंची रूपे घेत होतास?

– हो.

का?

– तो माझा गुणधर्मच आहे.

आता माझे रूप घेणार आहेस?

– हो.

आणि त्यात माझा अंत होणार आहे?

(उत्तर नाही. एक बेपर्वाईची थंड भावना.)

तुम्ही किती आहात? का तू एकटाच आहेस?

– आम्ही असंख्य आहोत.

आणि आम्ही सर्वजण हेच करीत आहोत?

– होय.

म्हणजे पृथ्वीवरच्या मानवजातीचा अंत होणार आहे की काय?

(उत्तर नाही– पुन्हा ती थंड निर्विकार तुच्छता.)

माझ्या हे लक्षात तरी आले ! इतर कोणाला कळणारही नाही !

– नाही.

पण का? का? का?

– जीवन व प्रसार हा जीवसृष्टीचा आदिस्थित गुणधर्म आहे !

काशीनाथला थकल्यासारखे वाटायला लागले होते. त्याला आपले डोळे उघडे ठेवणे कठीण जाऊ लागले. मनातले विचारही नीट संकलित करता येईनात.

चैतन्य आणि अस्मिता कणाकणांनी झिरपून चालली होती.

जाणिवेचा धगधगता सूर्य मंदावला होता – त्या जागी आता एक अंधुकशी ठिणगीच तेवढी राहिली होती.

विस्मृतीची प्रचंड काळी लाट आली.

त्याखाली ही लहानशी ठिणगीही मालवली गेली.

डॉक्टर काशीनाथच्या खोलीतून घरी गेले खरे; पण मनातल्या मनात त्यांना काशीनाथची केस अस्वस्थ करीत होती. त्यांनी त्याला साधे, सोपे स्पष्टीकरण दिले होते खरे; पण त्याची विलक्षण तर्कशुद्धता, त्याचा दांडगा आत्मविश्वास त्यांना चैन पडू देत नव्हता. हा प्रकार इतका साधा नाही, असे त्यांनाही राहून राहून वाटत होते आणि म्हणून दुसऱ्या सकाळी ते स्वत: होऊनच त्याच्या खोलीवर गेले.

काशीनाथ व्हरांड्यात एका आरामखुर्चीत बसला होता. डॉक्टर पायऱ्या चढत असताना तो त्यांच्याकडे पाहत होता; पण तो काहीच बोलला नाही. ते जवळ येऊन उभे राहिले, तरी त्याने काही हालचाल केली नाही. संथ नजरेने तो त्यांच्याकडे पाहत होता. त्याच्या नजरेत एक प्रकारचा अलिप्तपणा होता, एक बेफिकिरी होती - त्यांना ती नजर अजिबात आवडली नाही. घसा साफ करून ते आपल्या खास डॉक्टरी स्वरात म्हणाले,

"हं ! आज काय म्हणते प्रकृती, मि. भांबुरे?"

एक क्षणभर काशीनाथ त्यांच्याकडे तसाच पाहत राहिला व मग अगदी सावकाश, अगदी थंडपणे म्हणाला, "मला काहीही झालेले नाही !"

चपराक बसल्यासारखे डॉक्टर एक पाऊल मागे सरले. त्याच्या चमत्कारिक, परकी नजर त्यांना अस्वस्थ तर करीत होतीच - त्यामुळे व त्याच्या उर्मटपणामुळे त्यांना आता राग यायला लागला. त्याचा आणि स्वत:चाही. आपण इथे आलो हा मूर्खपणाच केला, असे त्यांना वाटायला लागले.

काशीनाथ जागचा हलला नव्हता, त्यांना 'या-बसा'सुद्धा म्हणाला नव्हता – खुर्ची वगैरे देण्याची गोष्ट तर दूरच राहिली.

खुर्ची ! त्यांना एकदम कालचे सर्व काही तीव्रतेने आठवले.

"तुमची नवी खुर्ची काय म्हणते ?" खोटेच हसून त्यांनी विचारले.

"माझ्याकडे नवी खुर्ची नाही."

पुन्हा तो उर्मट, मग्रूर, बेफिकीर आवाज ! उपकाराची फेड अशी अपकाराने करणारी नालायक माणसे ! त्यांचा संतापाचा पारा चढला होता; पण शिष्टसंमत मर्यादांमुळे त्यांना मनातले विचार बोलता येईनात. ते जायला निघाले. अगदीच काही न बोलता त्यांना जाताही येईना.

"ठीक आहे – मी जातो – पुन्हा जरूर लागली तर भेटा मला–"

"मला तुमची जरूर लागणार नाही–"

स्वत:शी चरफडत डॉक्टर रागारागाने पायऱ्या उतरून निघून गेले.

दुपारी बारा वाजेपर्यंत जाणाऱ्या येणाऱ्या कित्येकांनी व्हरांड्यात खुर्चीवर बसलेला काशीनाथ पाहिला होता. अंगावर साधे कपडे घातलेला व हातात एक बॅग घेऊन घरातून बाहेर पडणारा काशीनाथ फारच थोड्या लोकांनी पाहिला होता.

तीन दिवसांनी त्याच्या खोलीतून दुर्गंधी यायला लागली.

दार फोडले तेव्हा त्याचा मृतदेह कॉटवर होता.

बंगल्यात राहूनही तो सर्वांना इतका परका होता, की त्याच्या अवचित मृत्यूचा कोणालाही खेद झाला नाही. बंगल्यातल्या संथ आयुष्यावर एकदोन तरंग उडले व विरून गेले.

पोलीस तपासात त्याच्या कॉटशेजारच्या टीपॉयवर गोळ्यांची एक पुडी सापडली. त्या झोपेच्या गोळ्या होत्या. त्यांचाच ओव्हरडोस घेतला असावा असा पोलिसांनी निष्कर्ष काढला.

काशीनाथच्या मृत्यूची वार्ता डॉक्टरांच्या कानी आली.

"मला वाटलेच होते, असे काहीतरी होणार –"

कोणाला ऐकू जाणार नाही अशा बेताने ते पुटपुटले; पण त्यांचेही आज कामावर लक्ष नव्हतेसे दिसले.

कारण त्यांनी बॅग उघडली तेव्हा त्यांना दिसले, की आज आपण बॅगमध्ये चुकीने दोन स्टेथॅस्कोप घातले आहेत...

■

ईश्वर, मानव आणि यंत्र

स्वामींच्या प्रवेशाने त्या अद्ययावत ऑफिसात खळबळ उडवून दिली होती, यात काहीच संशय नव्हता. पहिला धक्का ऑफिस प्यूनला बसला. रावजीची मान बहुधा कोणापुढे खाली व्हायची नाही आणि तो कोणाला शब्दात हार जायचा नाही; पण समोर उभ्या राहिलेल्या संपूर्ण भगव्या कपड्यातल्या, तेज:पुंज चेहऱ्याच्या स्वामींसमोर मात्र त्याची मान आपोआप खाली गेली. त्यांनी पुढे केलेले कार्ड हातात घेऊन रावजी बाहेरच्या खोलीत आला. त्याच्या मागोमाग स्वामीही आले आणि खोलीतली चिवचिव एकदम बंद पडली. सारे एकदम सावरून बसले.

दोन्ही हात मुद्दाम मागे अंबाड्यापाशी (किंवा त्या दिवशी जी केशरचना असेल तिथे) नेऊन पुष्ट उरोज आणखीच पुढे आणणारी सुनीता टायपिस्ट, चोरून सेक्स मॅगेझिन्स् वाचणारा डिस्पॅचर मार्टिन, लिफ्टमध्ये सुनीताशी लगट करणारा आणि मधूनमधून तिच्या सँडल्सकडे पाहणारा (त्याने एकदा तिला एका बूटपॉलिशची जाहिरात दाखवली होती) क्लार्क मोहनीराम, अकौंटंट संतोष, सारे-सगळे एकदम सरसावून आपापल्या जागी ताठ बसले.

स्वामींनी आत येताच सर्वांना एक नमस्कार केला होता आणि कोपऱ्यातली एक खुर्ची घेतली होती. त्यांचा चेहरा भिण्यासारखा किंवा धाक वाटण्यासारखा खासच नव्हता; पण कोणी थट्टा करण्यासारखा तर अजिबात नव्हता.

रावजी कार्ड घेऊन आत गेला आणि दोन मिनिटातच बाहेर आला.

स्वामी त्याच्या मागोमाग आतल्या खोलीत गेले. त्यांची भगवी वस्त्रे

दिसेनाशी झाली व मग बाहेर सर्वांनी एक खूप मोठा श्वास सोडला.

आतल्या ऑफिसमध्ये तिघेजण होते. स्वामींच्या प्रवेशाने त्यांनाही खूपच आश्चर्य वाटले असले पाहिजे; पण ते चेहऱ्यावर न दाखविण्याइतका सुसंस्कृतपणा त्यांच्यात होता. ऑफिसचे प्रमुख डॉ. वॅग्नर यांनी हातातले कार्ड पुन्हा वाचले :

च.च. डुराळ छळीरश्ररपरपव, ओहीरा क्ळारश्र.

(एम.एम. स्वामी निर्मलानंद, आश्रम हिमाल)

खोलीतल्या इतर दोघांची नावे होती आर्थर शील, श्याम आपटे. आर्थर हा अमेरिकन हेडऑफिसतर्फे आलेला इन्स्टॉलमेंट सुपरवायझर होता आणि श्याम त्याच्या हाताखाली त्या कामाचे शिक्षण घेत होता.

स्वामींच्या आगमनाने कोणत्याही ऑफिसमधे खळबळ माजली असती; पण या ऑफिसमध्ये तर खासच ! कारण हे ऑफिस अमेरिकेतल्या सुप्रसिद्ध 'इंटरनॅशनल मेझर्स अँड रेकॉर्डस् (खचअठ) या गणन व गणितयंत्रे निर्माण करणाऱ्या कंपनीचे शाखा कार्यालय होते. इथे सरकारी अधिकारी येतील, विमा कंपन्यांचे अधिकारी येतील, इतर मोठे उद्योगपती येतील.

पण भगव्या कपड्यांतला एक संन्याशी?

पण शालीनता डॉ. वॅग्नरच्या रोमारोमात भिनली होती. खुर्चीवरून अर्धवट उठल्यासारखे करून त्यांनी हात पुढे केला व ते हसत म्हणाले,

''गुड मॉर्निंग. या. आम्ही आपल्याकरता काय करू शकतो, स्वामी नि-रा-मा-ला-'' नावावर ते अडखळले व म्हणाले, ''मला माफ करा-''

''मला नुसते 'स्वामी' म्हटले तरी चालेल-'' स्वामी हसत, अस्खलित इंग्रजीत म्हणाले. वॅग्नरच्या हाताकडे दुर्लक्ष करून त्यांनी सर्वांना नमस्कार केला आणि डॉ. वॅग्नरसमोरची खुर्ची घेतली. त्यांच्या प्रत्येक हालचालीबरोबर अंगावरची रेशमी भगवी वस्त्रे सळसळत होती. आर्थर आणि श्याम स्वामींच्या मागे होते. आर्थरने भुवया उंचावून श्यामला प्रश्न केला. श्यामने खांदे उडवून त्याच मूक भाषेत उत्तर दिले.

''ठीक आहे - स्वामी तर मग - स्वामी, आम्ही आपल्यासाठी काय करू शकतो?''

''तुमच्या अमेरिकेतील हेडऑफिसशी आमचा बरेच दिवस पत्रव्यवहार चालू

आहे. आमच्या आश्रमासाठी आम्ही एक ऑटोमॅटिक सीक्रेन्स कॉम्प्युटर घेत आहोत-''

डॉ. वॅग्नर या वेळी मात्र आपले आश्चर्य लपवू शकले नाहीत.

''सीक्रेन्स कॉम्प्यूटर? आश्रमासाठी?''

''होय-'' स्वामींच्या चेहऱ्यावरचे हास्य आता अगदी स्पष्ट झाले होते.

''मला ही गोष्ट जरा नवलाचीच वाटते - आश्रमासारख्या संस्थेला अशा एखाद्या यंत्राची आवश्यकता असेल, असे वाटत नाही, नाही का?'' आपल्या तोंडून नकळत काही निंदाव्यंजक शब्द गेले असल्याची त्यांना जाणीव झाली. लगोलग ते घाईने म्हणाले,- ''स्वामी, तुमच्या संस्थेबद्दल माझ्या मनात आदराशिवाय इतर कोणतीही भावना नाही, बरे का ! तुमचे कार्य अत्यंत पवित्र आणि मोलाचे असले पाहिजे यात शंका नाही-''

डॉ. वॅग्नरच्या गडबडीने स्वामी अगदी मोकळेपणाने हसत होते.

''पण एक आश्रम आणि ही आमची यंत्रे यात काही संबंधच असणे शक्य नाही असे वाटते, नाही का? जराशी विसंगती वाटते, हो ना? तुम्हाला या यंत्राचा अं-काय उपयोग होण्यासारखा आहे, असे विचारले तर राग नाही ना यायचा?''

''राग येण्याचा प्रश्न नाही-'' स्वामी सहजपणे म्हणाले, ''तुमच्या कंपनीचा मार्क सेव्हन कॉम्प्युटर दहा अंकापर्यंतच्या संख्यांची गणितातली नेहमीची सगळी 'ऑपरेशन्स' करू शकतो. आमच्या कामासाठी आम्हाला त्याचा उपयोग होईल; पण आमचे काम अक्षरात चालते, संख्यांत नाही. त्या दृष्टीने यंत्रात काही बदल करता येईल का, असे आम्ही कंपनीला विचारले होते-''

''आम्ही स्वत:ही काही बदल सुचवले होते. तसे जर अमलात आणता आले, तर त्या यंत्रात आकड्यांच्या ऐवजी अक्षरे छापली जातील-''

स्वामींच्या चेहऱ्यावर सर्व काही व्यवस्थित समजावून सांगितल्याचा भाव होता; पण डॉ. वॅग्नरच्या कपाळावरची आठी अजून कायम होती.

''मला अजून आपला उद्देश समजला नाही-'' ते शेवटी म्हणाले.

''आमच्या आश्रमात एक कार्य चाललेले आहे. गेली जवळजवळ ऐंशी वर्षे हे चालले आहे - खरे म्हणजे त्यासाठीच आश्रमाची स्थापना झालेली आहे. ते कार्य संपले, की आमच्या आश्रमाचाही अंत होईल-'' शेवटचे शब्द बोलताना स्वामींच्या चेहऱ्यावर एक विलक्षण भाव उमटला होता. ''डॉ. वॅग्नर,

आम्ही काय करीत आहोत हे मी तुम्हाला सांगतो; पण तुमच्या-अं - पाश्चिमात्य लोकांच्या विचाराची धारणाच इतकी वेगळी आहे, की तुम्हाला हे पोरकट वाटेल, निरर्थक वाटेल. वेळेचा आणि श्रमाचा अपव्यय वाटेल-''

''नाही - नाही -'' डॉ. वॅग्नर घाईघाईने म्हणाले.

''सांगायला अगदी सोपे आहे. ईश्वराची एकूण एक नावे ज्यात येतील अशी शब्दांची एक संपूर्ण यादी आम्ही तयार करीत आहोत.''

''अं?'' डॉ. वॅग्नर खडबडून म्हणाले. आर्थर आणि श्यामही एकदम स्तब्ध होऊन ऐकायला लागले. स्वामी तितक्याच शांतपणे पुढे म्हणाले,

''आमच्या पीठाच्या आद्य संस्थापकांनी एका खास लिपीची योजना केली आहे. त्यांनी सशास्त्र आणि सपरिणाम असे सिद्ध केले आहे, की या लिपीत नावे लिहिल्यास कोणताही शब्द नऊ अक्षरांपेक्षा मोठा होत नाही. अशा तयार झालेल्या एकूण शब्दांत ईश्वराची सर्व, एकूण एक नावे येतात.''

स्वामींच्या आवाजात ठाम, अविचल, निर्वाणाची श्रद्धा होती.

''आणि हे तुम्ही गेली ऐंशी वर्षे करीत आहात?''

''होय. सुरुवातीच्या हिशेबाप्रमाणे आम्हाला या कार्याच्या पूर्तीसाठी पंधरा हजार वर्षे लागतील असे दिसले होते-''

''पंधरा हजार वर्षे. पंधरा हजार !'' डॉ. वॅग्नर स्वत:शी पुटपुटले व मग मोठ्याने म्हणाले, ''आता लक्षात आले - तुम्हाला कॉम्प्युटर कशासाठी हवा आहे ते; पण या अं - विलक्षण उद्योगाचा हेतू काय आहे?''

स्वामी एक सेकंदभर विचार करीत राहिले. आपला प्रश्न त्यांना आवडला नसावा अशी डॉ. वॅग्नरना शंका आली; पण स्वामींचा चेहरा शांत होता.

''त्याला दैनंदिन आचार म्हणा, रूढी म्हणा, काहीही म्हणा. आमच्यापुरते त्याला एक महान धार्मिक आदितत्त्वाचे स्थान आहे. आजपर्यंत मानवाने देवासाठी असंख्य नावे वापरली आहेत - कृष्ण, विष्णू, येशू, अल्ला, येहोवा, आणि इतरही खूपशी; पण शेवटी ही माणसाने लावलेली लेबलेच आहेत. ती देवाची खरे नावे आहेतच; असे गृहीत धरता येत नाही, सिद्धही करता येत नाही. खरी नावे काय आहेत, हे आपल्याला कळलेच असेही धरून चालता येत नाही. यात जरा शब्द, त्यांचा मानलेला अर्थ, त्यांनी दाखविलेला अर्थ, त्यामागचा संकेत आणि शब्दांचा खरा मनुष्यबाह्य अर्थ यांचा तात्त्विक घोटाळा आहे. मी आता त्याची चर्चा करीत बसत नाही; पण एक गोष्ट तुम्हालाही समजू

शकेल उच्चारासाठी कोणतीही भाषा वापरली, उच्चार कागदावर उतरविण्यासाठी कोणतीही लिपी वापरली, तरी आपण त्या लिपीतले तयार होण्यासारखे एकूण शब्द ओळीने घेतले, तर त्या शब्दांच्या यादीत देवाची आपल्याला माहीत असलेली आणि माहीत नसलेली – एकूण एक – सर्व नावे येतील की नाही?''

''त्या भाषेतले सर्व शब्द आल्यावर? हो – हे मला पटते–''

''अक्षरांची क्रमवार मांडणी करून आम्ही ही यादी तयार करीत आहोत आणि त्या यादीत ही सर्व नावे येतील.''

''म्हणजे नऊ वेळा 'ए'पासून नऊ वेळा 'झेड' येईपर्यंत?''

''बरोबर. फक्त आमची लिपी वेगळी आहे. गेल्या काही वर्षांत आम्ही विजेचे टाइपरायटर्स खरेदी केले आहेत. त्यात योग्य ते बदल केले आहेत; पण सारे मामुली होते. आता तुमच्या यंत्रात काही खास योजना कराव्या लागतील. उघड उघड निरर्थक किंवा हास्यास्पद अक्षररचना टाळाव्या लागतील. तसेच एक अक्षर ओळीने तीनपेक्षा जास्त वेळा येता कामा नये–''

''तीन वेळा? दोनपेक्षा जास्त नाही असे असेल ना?''

''नाही – तीन किंवा तीनपेक्षा कमी चालते – मी तुम्हाला समजावून सांगितले असते; पण तुम्हाला आमची भाषा माहीत नाही आणि पुन्हा आणखी काही खास नियम आहेत–''

तम्म्म्ना, सिल्ल्ल्रा, अस्स्स्ट अशा काही क्लिष्ट भयानक अक्षररचना डॉ. वॅग्नरच्या मनासमोर नाचायला लागल्या. ते घाईने म्हणाले,

''ठीक – ठीक – ते नाही सांगितले तरी चालेल. मग पुढे?''

''तुमच्या कंपनीचा ऑटोमॅटिक सीक्वेन्स कॉम्प्युटर वापरला, तर सर्व अडचणी दूर होतील. त्यात योग्य ती सर्किट्स घालून एकदा प्रोग्रॅम दिला, की ते यंत्र एकेक अक्षर घेऊन त्यापासून आमच्या नियमात बसणारे असे सर्व शब्द तयार करील व त्यांची यादी छापून काढील. ज्या कामाला आम्हाला कमीत कमी पंधरा वर्षे लागली असती ते काम या यंत्राच्या मदतीने अवघ्या शंभर-सव्वाशे दिवसांत पूर्ण होईल.''

स्वामींचा आवाज थांबला. ती शांतता बराच वेळ टिकली. खोलीच्या बंद खिडक्यांतून खालच्या हमरस्त्यावरच्या वर्दळीची अगदी अस्पष्ट गुणगुण कानी येत होती. डॉ. वॅग्नरना क्षणभर वाटले, हे या हिमाल आश्रमातले कर्मचारीही अशाच एखाद्या (नैसर्गिक, कृत्रिम नव्हे) पर्वताच्या शिखरावर एखाद्या गुहेत

बसत असतील. बाहेर काळोख, थंडी, गार वारा, रानटी श्वापदे. आत प्राण्यांच्या चरबीच्या तेलाचे दिवे आणि त्या मंद प्रकाशात, लेखण्यांची कुरकूर – निरर्थक शब्दांनी भरलेली कागदाची भेंडोळीच्या भेंडोळी – वर्षानुवर्षे, पिढ्यान्‌पिढ्या चालणारे काम – माणसाच्या विचित्रपणाला काही मर्यादाच नाहीत का? जाऊ द्या ! शंका घ्यायचे त्यांना प्रयोजन नव्हते – ग्राहकाला जे हवे ते पुरवणे हेच महत्त्वाचे होते – ग्राहक नेहमी सत्य, योग्य आणि बरोबर असतो.

''यस – यस – तुमच्या म्हणण्याप्रमाणे आमच्या यंत्रात योग्य ते बदल होऊ शकतील, यात काही संशय नाही; पण हे यंत्र तुमच्या आश्रमात न्यायचे कसे? बसवायचे कसे? चालवणार कोण?''

''नेण्याची व्यवस्था आम्ही करू. तुमच्या मॉडेलचे सुटे भाग विमानाने नेण्यासारखे आहेत हे पाहूनच आम्ही त्याची निवड केली आहे. यंत्र नेण्याची व्यवस्था होईल; पण चालवायला आम्ही तुमच्याकडे तंत्रज्ञ मागणार आहोत–''

''मी खरे म्हणजे तेच सुचवणार होतो; कारण ही यंत्रे फार नाजूक आणि गुंतागुंतीची असतात. तंत्रज्ञानाची सोय आम्ही करू–'' डॉ. वॅग्नर यांच्या या शब्दांबरोबर श्याम व आर्थर या दोघांची नजरानजर झाली. तेच दोघे !

''आणखी काही गोष्टींचा खुलासा व्हायला हवा–'' आता डॉ. वॅग्नर आपल्या ऑफिसचे मॅनेजर होते. त्यांचा आवाज ठाम होता. व्यवहारी होता– ''ऑर्डर देण्यापूर्वी तुम्हाला चाळीस टक्के रक्कम अनामत ठेवावी लागेल–''

स्वामींनी रेशमी वस्त्रांच्या आतून एक लिफाफा काढला.

''आश्रमाचे स्टेट बँकेतल्या खात्यावरचे हे स्टेटमेंट आहे. आपला आकडा कळवा की, रक्कम देण्याची आम्ही सोय करू–''

''अं – ठीक आहे–'' कागद परत करीत डॉ. वॅग्नर म्हणाले, ''आता शेवटचे एकच बाकी आहे. कदाचित्‌ तुमच्या ते ध्यानातही आले नसेल; पण आश्रमात वीज उपलब्ध आहे का?''

''होय. सुमारे पाच वर्षांपूर्वी आम्ही एक डिझेल जनरेटर बसवून घेतला आहे. पन्नास किलोवॅट – एकशेदहा व्होल्ट – ए.सी. तो अगदी उत्तम स्थितीत आहे. विजेमुळे सोयी खूप झाल्या आहेत; पण मुख्यत: आम्ही तो इलेक्ट्रिक टाइपरायटर्स बसवून घेतला आहे–''

"बरोबर – बरोबर–" डॉ. वॅग्नर पुन्हा त्या गोंधळात सापडून म्हणाले.

आश्रमाच्या चिंचोळ्या बाल्कनीत आर्थर आणि श्याम उभे होते. त्यांच्या पायापासून एका फुटावर पर्वतीची कपार दोन हजार फूट खोल, सरळ खाली कोसळत गेली होती. त्यांची नजर या देखाव्यावर प्रथम गेली, तेव्हा दोघांचे डोळे अक्षरशः फिरले होते; पण आता तीन महिन्यांच्या वास्तव्याने त्यांना सगळ्याची सवय झाली होती. त्यातली अद्भुतता, मोहिनी, जादू सारे काही नाहीसे झाले होते. एकमेकांचे प्रतिस्पर्धीच वाटणारे, हिमाने आच्छादित, निळसर पर्वतांचे माथे; त्यावरून सतत ओढला जाणारा धुक्यांचा व ढगांचा पांढुरका पडदा; कधीमधी दिसणारी, एखाद्या बुद्धिबळाच्या पटासारखी वाटणारी, खूप लांबवरची हिरवीगार चौकोनी शेते – सतत सहवासाने सारे सामान्य झाले होते. त्यात काही नवल राहिले नव्हते.

दोघांच्या स्वभावातल्या व संस्कारातल्या भिन्नतेमुळे दोघांवर झालेले परिणाम अगदी वेगवेगळे होते. आश्रमातले वातावरण अत्यंत पवित्र, निर्मळ; पण तितकेच मोकळे होते. आश्रमवासीयांची स्वामींच्यावरची निष्ठा अनन्यसाधारण होती. स्वामींचा हसरा, शांत चेहरा सर्वांना उल्हासित करीत होता. श्यामच्या मनात सुप्तरूपाने वावरत असलेली श्रद्धा जोमाने उसळून वर आली होती. तो अगदी भारल्यासारखा झाला होता. पहिले तीन–चार दिवस त्याला आपल्या निधार्मिक आणि ऐहिकवादी आयुष्याची शरम वाटली होती; पण मग त्याच्या ध्यानात आले होते, की त्याला कोणीही दोष देत नव्हते, जाब विचारीत नव्हते. मग तो आश्रमात मोकळेपणाने वावरायला लागला होता. अगदी पार त्यांच्या अंतर्गृहापर्यंत. त्यांच्या पूज्य व पुरातन हस्तलिखितांच्या संग्रहापर्यंत–

आर्थर बोलूनचालून परक्या देशातला, परक्या धर्माचा. या कामावर त्याची नेमणूक झाली, तेव्हा त्याने थट्टेने या कामाचे नाव 'प्रोजेक्ट शांग्रीला' असे ठेवले होते; पण त्याच्या मनात काहीही किल्मिष नव्हते. कामाच्या निमित्ताने त्याने अमेरिका सोडली होती आणि पाच वर्षांचे कॉंट्रॅक्ट होते. कंपनी जिथे पाठवील तिथे तो बिनतक्रार जात होता. मेक्सिको, ब्राझील, फिलिपीन्स, मलाया, ऑस्ट्रेलिया आणि आता भारत – सर्वच देश, सर्वच लोक त्याला परके होते. जसा देश तसा वेष हा मंत्र त्याने पाठ केला होता. जाईल तिथे तो लोकप्रिय होत होता. आणि आश्रम हिमालही त्याला अपवाद नव्हता. स्वामी आणि इतर

आश्रमवासी यांनी आर्थरचा एकदम स्वीकार केला होता. आर्थर त्याची सव्वासहा फुटांची उंची, तोंडात धूर ओकणारा पाइप, रात्रीच्या वेळी आर्त सूर काढणारा हार्मोनिका, या साऱ्यांसह–

पण आर्थरचे नेहमी तत्त्वज्ञान त्याला इथे अपुरे पडत होते.

मार्क सेव्हन कॉम्प्युटर कामाला लागल्याला दहाअकरा आठवडे झाले होते. यंत्र रात्रंदिवस काम करीत होते. यंत्रातून छापील शब्दांच्या यादीच्या पट्ट्या एकसारख्या बाहेर येत होत्या – त्यातल्या एका शब्दाचाही आर्थरला अर्थ माहीत नव्हता (या भगव्या संन्याशांना तरी माहीत होता का, याची त्याला एखादे वेळी शंका यायची–). कॉम्प्युटरला देण्यात आलेल्या प्रोग्रॅमप्रमाणे त्याचा कार्यक्रम थंडपणे, अविरतपणे चालला होता. एक अक्षर घ्यायचे, त्याच्यापासून सुरू होणाऱ्या नऊ अक्षरी शब्दांची सर्वच्या सर्व यादी तयार करावयाची. मग पुढचे अक्षर. कंटाळा नाही, दम नाही, विश्रांती नाही; पण ते तर बोलूनचालून यंत्रच होते !

पण यंत्राच्या तीन तोंडांतून बाहेर पडणाऱ्या पट्ट्या अलगद कापणारे, हरिणाजिनाचे वेष्टन असलेल्या प्रचंड ग्रंथांत मोठ्या भाविकपणे चिकटविणारे हे संन्याशी? त्यांना काय म्हणायचे? ते भोळे, अडाणी, अव्यवहारी तर खासच नव्हते ! त्यांच्यासारखी व्यवहारी, सुसंस्कृत, शालीन माणसे त्याला क्वचितच भेटली होती. त्यांची अंधश्रद्धा मात्र काळीज गोठवून टाकणारी होती. आणि त्यातही काही तर्काचा संबंध नव्हता. नऊपेक्षा जास्त अक्षरांचे शब्द मांडण्याची जरूरी नाही, हे त्यांनी कशाच्या आधारावर ठरवले होते? देवाचे नाव दहा, बारा किंवा वीस अक्षरी शब्दांचे असणे अशक्य नव्हते का?

एका सजवलेल्या खोलीत, रंगीत लाकडी आसनावर ठेवलेला मार्क सेव्हन, त्याची स्वत:शीच चाललेली गुणगुण, खोलीत अनवाणी, हलक्या पावलांनी वावरणारे संन्याशी, मार्क सेव्हनमधून सारख्या बाहेर पडणाऱ्या पट्ट्यांची सळसळ, खोलीत दरवळणारा कसला तरी सुगंध – हा सगळाच अनुभव स्मृतीत कायमचा राहणार आहे असे आर्थरला वाटायचे. एवढेच नाही, तर त्या देखाव्याने त्याला जरासे अस्वस्थ वाटायचे.

सहसा त्याला कोणत्याही कामाचा कंटाळा येत नसे; पण हिमालमध्ये मात्र तो कंटाळला होता. आपली कामाची मुदत केव्हा संपते आणि आपण या जगाच्या टोकावरच्या बर्फाच्छादित शिखरांवरून खालच्या गजबजलेल्या शहरी

आयुष्यात केव्हा उतरतो, असे त्याला झाले होते.

कधी कधी त्याला धास्ती वाटायची, की स्वामींच्या नियोजित कार्यक्रमात अचानक बदल होईल. कार्यक्रमाची मुदत आणखी काही महिने वाढविण्यात येईल आणि डॉ. वॅग्नरची तार येईल - ''पुढची सूचना येईपर्यंत आश्रम हिमाल इथेच थांबा - !'' मग मात्र सारे खलास ! आणि अशी वेळ आलीच, तर स्वामीजी हे अगदी थंडपणाने, हसतहसत करतील हेही निर्विवाद !

तर ते दोघे बाल्कनीत उभे होते. आर्थर दगडी पॅरॅपेटला टेकून उभा होता आणि श्याम पॅरॅपेटवर रेलून उभा होता. वारा वाहत होता. त्याला एखाद्या तीक्ष्ण शस्त्रासारखी धार होती - वाऱ्याकडे तोंड केले तर डोळ्यांना पाणी येण्याइतकी.

''श्याम, मला आता या जागेचा कंटाळा यायला लागला आहे-''

आर्थरच्या तोंडून शब्द बाहेर पडताच वारा ते हिसकावून घेत होता, खालच्या दरीत भिरकावून देत होता. श्यामला ते ऐकूच आले नसावेत, असे आर्थरला वाटले. श्याम त्याच विचारमग्न पवित्र्यात उभा होता - समोरच्या शिखरावर नजर खिळवून.

''श्याम !'' आर्थर जरा मोठ्याने म्हणाला.

''अं?'' दचकून श्याम त्याच्याकडे वळला. त्याचे नक्कीच लक्ष नव्हते.

''तूही या - या - संन्याशांसारखा समाधी लावायला शिकलास, की काय?''

श्यामने आर्थरच्या आवाजातल्या थट्टेकडे (त्यात निंदा नव्हती) दुर्लक्ष केले.

''आर्थर, ऐक, माझ्या कानी आज काही गोष्टी आल्या आहेत आणि मला त्यांचा एकंदर रोख जरासा अस्वस्थ करीत आहे-''

''काय भानगड आहे? मार्क सेव्हन काम करीत नाही बरोबर?'' आर्थरच्या मनात ती एकच धास्ती होती. मशीनमध्ये काही बिघाड म्हणजे काम संपायला उशीर. म्हणजे इथला मुक्काम वाढायचा आणि ते त्याला अजिबात नको होते.

''नाही, नाही, मार्क व्यवस्थित काम करतोय-'' बोलता बोलता श्याम पॅरॅपेटवर बसला आणि हे जरा अनपेक्षितच होते. कारण सुरुवातीपासूनच श्यामला या विलक्षण उंचीची अतिशय भीती वाटत होती. ''हा सगळा खटाटोप कशासाठी चालला आहे हे मला आज समजले, आर्थर-''

''आज समजले म्हणजे काय? आपल्याला प्रथमपासूनच माहीत होते !''

''काय माहीत होते? हे स्वामी आणि त्यांचे शिष्य काय करीत आहेत ते

माहीत होते; पण कशासाठी हे करीत आहेत हे माहीत होते का?''

''या विक्षिप्त कार्यक्रमामागचा हेतू तसाच विक्षिप्त असणार !''

''विक्षिप्त? आर्थर, तुझा विश्वास बसणार नाही !''

''ऑल राइट ! सांग तर खरा !''

''मला आज दुपारीच स्वामींनी सांगितले. तुला माहीत आहेच, की रोज दुपारच्या सुमारास त्यांची मार्क सेव्हनच्या खोलीत एक चक्कर असते. आज जेव्हा मी त्यांना सांगितले, की मार्कचे काम आता संपायच्या बेताला आले आहे, तेव्हा मला प्रथमच त्यांच्या चेहऱ्यावर जराशी उत्कंठा दिसली आणि मग त्यांनी मला विचारले- ''हे काम आम्ही कशासाठी हाती घेतले आहे, त्याचे तुम्हाला नवल वाटत असेल नाही?'' आणि मी म्हणालो, ''अर्थात नवल वाटतेच आहे-'' आणि आर्थर, त्यांनी मला त्यांचा उद्देश सांगितला-''

''ऑल राइट - माझीही उत्सुकता जिवंत आहे - सांग !''

''आर्थर, त्यांची अशी श्रद्धा आहे, की ईश्वराच्या सर्व नावांचे स्मरण करण्यासाठीच माणसाला मेंदू, बुद्धी, स्मृती, वाचा यांची प्राप्ती झालेली आहे. ही सर्व नावे उच्चारणे हेच मानवाचे एक आणि एकच कार्य आहे. स्वामी (आणि अर्थात त्यांचे गुरू व या पीठाचे आद्यसंस्थापक) यांच्या गणिताप्रमाणे ही नावांची संख्या सुमारे नऊ अब्ज होते. या नावांचा एकदा उच्चार झाला, की निर्मितीतला ईश्वराचा हेतू सफल होईल. ज्या कार्यासाठी मानवाचा व सृष्टीचा जन्म झाला, ते कार्य समाप्त होताच सर्व सृष्टीची आवश्यकताच संपेल. सृष्टीचक्र पुढे चालू राहण्यात काहीच अर्थच उरणार नाही. त्यांच्या मते 'नामोच्चारानंतर' या शब्दाला काही अर्थच नाही. 'नामोच्चार' हाच नियतीचा अंत आहे. अनंतापेक्षा मोठी संख्या असूच शकत नाही, तसेच नामोच्चारानंतर काळाला काही अर्थच नाही-''

''आणि हे नामोच्चाराचे प्रकरण एकदा संपले, की लोकांनी काय करायचे? स्वत:चा प्राण घ्यायचा?'' आर्थर जरा हसत व जरा रागाने म्हणाला.

''आपण काहीही करायची जरूरीच नाही. शेवटची यादी संपली, नामोच्चार पूर्ण झाला, की ईश्वर सृष्टीत पदार्पण करील आणि हा सारा मायेचा पसारा नष्ट करून टाकील. नाटकातला पडदा गुंडाळून ठेवावा, दिवे मालवावेत, तसेच-''

''ओहो ! आणखी एक 'जगाचा शेवट' हं? आपले काम संपले, की जग

नाश पावणार ! असेच की नाही?''

आर्थरबरोबर श्यामही हसला; पण श्यामच्या हसण्यातही अस्वस्थपणा होता.

''आर्थर, मी जवळजवळ याच शब्दात स्वामींना हेच सांगितले आणि त्यांनी माझ्याकडे एक इतकी विलक्षण नजर टाकली, की - की - मला वाटले, मी एक फार मोठी चूक केली आहे. कॉलेजविद्यार्थ्यांची दोन अधिक दोन ही बेरीज चुकली तर त्याला कसे वाटेल? तसे मला वाटले - आणि स्वामी शेवटी म्हणाले, ''श्याम, तुला सारेच इतके मामुली वाटते का?'' आणि मग ते गेले-''

''तुला एवढी काळजी का पडली आहे श्याम? आपला यात कोठे संबंध येतो? आपले काम आपण चोख बजावत आहोतच - आणि एक बघ श्याम, ही सर्व मंडळी सुरुवातीपासून जरा विक्षिप्तच वाटत होती, नाही का?''

''ते झाले रे - पण एक गोष्ट तुझ्या लक्षात येत नाही का? मार्क सेव्हनचे काम पुरे होत आले आहे- आता एवढ्यात याद्या संपतील. आणि समज, जगाचा अंत झाला नाही ! त्यांची कल्पना प्रलयाची आहे, का धरणीकंपाची आहे, का उत्पाताची आहे, मला माहीत नाही; पण समज, काही झालेच नाही, मग? यंत्र आपल्या कंपनीचे आहे - यंत्र आपण चालवत आहोत. शेवटी आपल्याच माथी दोषांचे खापर फुटणार आहे ! मला काही लक्षणे ठीक दिसत नाहीत-''

आर्थरने मान सावकाश हलवली.

''तुझा मुद्दा अगदी बरोबर आहे, श्याम. असे जगाच्या अंताचे भविष्य वर्तवणारे पूर्वीही होऊन गेले आहेत. इ.स. एक हजार साली जगाचा नाश होणार, अशी विलक्षण अफवा उठली होती. माझ्या लहानपणी, मला आठवते, की असाच एक माथेफिरू आमच्या राज्यात आला होता आणि सगळ्यांना सांगत सुटला होता, की अमुक एका रविवारी जगाचा नाश होणार आहे ! लोकांनी त्याच्यावर विश्वास किती ठेवावा? काहींनी अक्षरशः घरेदारे, इस्टेटी विकून टाकल्या; पण समजा, जर जग खरोखरच नाश पावले तर ह्या, रस्त्यावरचे घर आणि बँकेच्या अकौंटमधली रोख रक्कम यात काय फरक राहणार होता? पण शेवटी काहीच झाले नाही. रविवार उजाडला आणि नेहमीसारखा मावळला-''

''त्या माथेफिरूला लोकांनी मारले बिरले असे वाटत असेल ना तुला ?

काही केले नाही ! अंगाला हातसुद्धा लावला नाही ! त्याच्या गणितात काही तरी चूक झाली असावी, असे त्यांनी स्वत:चे समाधान करून घेतले; पण जगाचा केव्हा तरी असा उत्पाती नाश होणार आहे यावरचा त्यांचा विश्वास उडाला नाही ! अजूनही कित्येकांचा तसाच विश्वास आहे !''

''तीन-चार वर्षांपूर्वीचा आमच्याकडचाही एक प्रसंग मला आठवतो-'' श्याम म्हणाला, ''आकाशातल्या ग्रहांच्या स्थितीवरून त्यांनी 'अष्टग्रही योग वर्तवला होता. वादळे, अपघात, नैसर्गिक व मानवी संकटे - लोकांचा किती चटकन विश्वास बसला होता. मोठमोठे यज्ञ झाले, शांतिपाठ झाले. रात्र-रात्र जागून लोक भजने करीत होते - आणि शेवटी काहीच झाले नाही.''

''असले जगाच्या नाशाचे साक्षात्कार सर्व देशांत आणि सर्व काळी झालेले आहेत आणि त्यातला एकही खरा ठरलेला नाही.'' आर्थर जरा रागाने म्हणाला, ''आणि या वेडपट संन्याशांचाही भ्रमनिरास होणार आहे. इथे आपण दोघेच आहोत आणि जिवाभावाच्या निष्ठेने काम करणारे शेकडो संन्याशी आहेत. सगळ्या भविष्याचे थोतांड उघडकीस आले म्हणजे काय होणार आहे, याची मला कल्पनाच येत नाही. आणि हे स्वामी ! माझ्या मनात खोल कुठे तरी या माणसाबद्दल विलक्षण आपुलकी आणि आदर निर्माण झाला आहे. त्याचे जीवनकार्य धुळीस मिळणार आहे, त्या वेळी मी इथे असायला नको, असे मला वाटते-''

''मलाही इथे राहणे जास्त जास्त कठीण होऊ लागले आहे; पण आपले काँट्रॅक्ट संपल्याशिवाय कंपनीचा ट्रॅन्सपोर्ट येणार नाही आणि तो आल्याशिवाय आपण इथून हलू शकत नाही. आपल्याला कुठेही जायला पूर्ण मोकळीक आहे आणि तरीही आपण कैदेत असल्यासारखेच आहोत-''

''श्याम, यंत्रात आपण मुद्दाम जरासा बिघाड केला तर?''

''आणखी सगळे आकाश डोक्यावर ओढून घ्यायचे?''

''तसे नाही रे ! हे पाहा - आपल्या हिशेबाप्रमाणे आजपासून चार दिवसांनी मार्क सेव्हनची शेवटची यादी बाहेर येईल. कंपनीचे चार्टर्ड विमान सात दिवसांनी येणार आहे. ठीक. आपण दर अठ्ठेचाळीस तासांनी मार्क सेव्हन ओव्हरहॉल करतो. त्या वेळी एखादा पार्ट काढून ठेवला तर? महत्त्वाचा नाही; काम दोन दिवस बंद ठेवण्याइतकाच. एखाद्दुसरा दिवस मिळाला, की झाले ! आपली वेळ जर व्यवस्थित जमली, तर शेवटचे नाव बाहेर पडायच्या वेळी आपण

पायथ्याजवळ विमानापाशी पोहोचलेले असू. मग इकडे काही झाले, तरी आपण त्यांच्या हाती लागणार नाही-''

''आर्थर, मला हे पसंत नाही, काम पुरे व्हायच्या आत आजवर मी एकदाही निघून गेलेलो नाही आणि इतकी महत्त्वाची घटना ! त्या वेळी आपण इथे नाही याचा त्यांना संशय नाही का यायचा? नको ! असले काही नको ! मी इथेच थांबणार आहे - जे काय व्हायचे ते होऊ दे-''

''ठीक आहे - ठीक आहे-'' आर्थर म्हणाला; पण हसत हसत-

पण आर्थरने काही तरी केले असले पाहिजे; कारण पायथ्याजवळच्या गावचा पाटील विमान येऊन उतरल्याची वर्दी स्वामींना द्यायला आला, तेव्हा मार्क सेव्हनचे काम पुरे झालेले नव्हते. स्वामींनी त्या दोघांची खाली जायची व्यवस्था केली. निघताना त्यांना आशीर्वाद दिला.

आश्रमातल्या खास तट्टांवरून ते दोघेजण उतरणीची, अरुंद व अवघड वाट उतरत होते. खांद्यावरून मागे वळून पाहत आर्थर म्हणाला,

''श्याम, मला माफ करशील अशी माझी खात्री आहे. तुझ्या लक्षात आलेले असणारच. तुझ्याजवळ कबूल करायला मला लाज वाटत नाही, श्याम. मला भीती अशी वाटत नव्हती; पण हे स्वामी आणि त्यांचे शिष्य - ही फार चांगली माणसे आहेत, श्याम. शेवटची यादी बाहेर पडेल आणि काहीएक होणार नाही - मला त्या वेळी तिथे हजर राहणे अगदी अशक्य झाले बघ-''

श्याम हसला. हसण्यात विनोदाचा भाग अगदी कमी होता-

''आर्थर, त्यांना जरी कळले तरी ते मनावर घेणार नाहीत. तुला आठवते ना? त्यांचा हिशेब मुळात पंधरा हजार वर्षांचा होता. त्याऐवजी आता एकशे-पंचवीस दिवसांत काम झाले आहे. दोन दिवसांची फिकीर ते खासच करणार नाहीत-''

''श्याम, तुमचे स्वामी ! काय ग्रँड ओल्ड मॅन ! मला तो आशीर्वाद देतानाचा त्यांचा चेहरा मात्र कायमचा लक्षात राहणार आहे-''

''आर्थर, तुला एक सांगतो. मी स्वामींचा निरोप घेतला तेव्हा मला अशी एक भावना झाली, की आपण काय केले आहे हे त्यांना माहीत आहे; पण मार्क सेव्हन उत्तम प्रकारे काम करीत होता; त्यांचे काम संपायच्या बेताला आले होते आणि म्हणून त्यांना कशाची फिकीर नव्हती. एकदा काम संपले, की मग - स्वामींच्यापुरता विचार केला तर हे 'मग' नाहीच !''

शेवटच्या वळणावर तट्टे थांबवून दोघांनी आल्या वाटेने वर पाहिले. एकदा हे वळण घेतले, की 'आश्रम हिमाल'चा मठ कायमचा दृष्टिआड होणार होता. संध्याकाळची वेळ होती. सावल्या जमायला लागल्या होत्या. आश्रमाच्या बसक्या, लांबट, चौकोनी, इमारती लाल सोनेरी पश्चिम आकाशावर उठून दिसत होत्या. खिडक्यांच्या ओळीतून दिवे चमकायला लागले होते. हाच विजेचा प्रवाह मार्क सेव्हनमधूनही वाहत होता. पण किती वेळ? आणखी किती वेळ?''

काहीही होत नाही, असे दिसले की हे संन्याशी काय करतील? रागाच्या आणि निराशेच्या भरात मार्क सेव्हन तोडून फोडून तुकडे तुकडे करून टाकतील? का एका बाजूस शांतपणे बसून जगाच्या आयुष्याचे त्यांचे हिशेब पुन्हा पहिल्यापासून मांडायला सुरुवात करतील ?

वर आताच्या क्षणी काय चालले असेल, याची दोघांना पुरेपूर कल्पना होती. मार्क सेव्हनच्या खोलीत झगझगाट असेल. सुगंध दरवळत असेल. या शेवटच्या वेळी स्वामी आणि त्यांचे मुख्य शिष्य तिथे जमलेले असतील - सळसळणाऱ्या, रेशमी, भगव्या वस्त्रांत. हाताखालचे मुमुक्षू मार्क सेव्हनमधून निघालेली यादी त्यांना दाखवीत असतील आणि त्यांनी संमती दिली, की ती व्यवस्थित कापून त्या अगडबंब पुस्तकात चिकटवीत असतील.

कोणीच काही बोलत नसेल. आवाज फक्त मार्क सेव्हनच्या गुणगुणीचा आणि मिनिटाला हजारो वेळा कागदावर आपटणाऱ्या टाइपरायटरच्या टाइपचा – पट्-पट्-पट्-, एकसारखा, एकसूर, टप् टप् पडणाऱ्या पावसासारखा. मार्क सेव्हनचे खरे काम अत्यंत नि:शब्दपणे चालत असे. विजेच्या गतीने सेकंदाला हजारो रचना तपासून त्यातून योग्य त्या निवडणारे त्याचे केंद्र. हा व्यापार मनाच्या विचारासारखा होता. भीती वाटण्याइतका सारखा.

''श्याम ! ते बघ !'' खाली बोट दाखवीत आर्थर म्हणाला.

पायथ्याशी, दिसायला खूप जवळ, पण प्रत्यक्ष लांब प्रवासाचे गाव होते. त्याच्या कडेला मैदान साफ करून घेऊन (स्वामींची आज्ञा ! श्यामला वाटले) एक तात्पुरता विमानतळ तयार करण्यात आला होता. धावपट्टीच्या टोकाशी कंपनीने पाठवलेले डी.सी. ३ विमान उभे होते. इतक्या लांबून आणि वरून ते एखाद्या चांदीच्या फुलीसारखे दिसत होते.

दोनच तास ! श्यामला वाटले - दोन तासांत ते दोघे विमानाने इथून दूर चाललेले असतील. आपल्या मनावर इतके दिवस किती विलक्षण ताण होता,

याची श्यामला कल्पना नव्हती. आता विमान दिसताच मनाने ती विलक्षण ओढ घेतली आणि मग तो काच त्याला जाणवला – केवळ इथून सुटकेचा विचारसुद्धा विलक्षण सुखकर वाटत होता.

पाहता पाहता संध्याकाळ अंधारून आली. अभेद्य पर्वतांच्या उभ्याच्या उभ्या भिंतींनी प्रकाश तेव्हाच अडकवून टाकला. सुदैवाने दोघांच्याजवळ टॉर्च होते आणि रस्ता टणक आणि चांगला होता. तेव्हा प्रत्यक्ष धोका काहीच नव्हता. मात्र प्रकाश जाताच थंडी एकदम खूपशी वाढली होती.

डोक्यावर पूर्ण निरभ्र आकाश होते. आता ते सर्वच्या सर्व चमकणाऱ्या ताऱ्यांनी फुलून गेले होते. आज लक्षावधी वर्षे हे तारे माणसाला धीर देत होते, माणसाला वाट दाखवीत आले होते – आताही त्यांना ते मदत करणारच होते. वाईट हवामानामुळे त्यांचे उड्डाण लांबणीवर पडणार नव्हते. त्या दोघांच्या मनात उरलीसुरली तेवढी एकच काळजी होती.

सुटकेच्या आनंदाच्या भरात श्यामने आपली एक आवडती तान खूप मोठ्या आवाजात घेतली; पण लागलीच तो थांबला. चारी बाजूंनी पर्वतांचे उंच उंच कडे होते. त्यांच्यावर आवाज आपटून शतपटीने वाढून परत आला. कितीतरी वेळ ती तान त्या अवाढव्य रिंगणात घुमत होती. श्यामने पुन्हा प्रयत्न केला नाही.

"तासाभरात आपण पोहोचू, नाही का श्याम ?" आर्थरने विचारले आणि मग आठवण झाल्यासारखा तो म्हणाला, "श्याम, मार्क सेव्हनचे काम संपले असेल आता. नाही का? शेवटची यादी या सुमारास संपणार होती–"

श्यामकडून काहीच उत्तर आले नाही, म्हणून आर्थरने मागे वळून पाहिले. श्याम वर आकाशाकडे पाहत होता. आसपासच्या अंधारात आर्थरला वर वळलेल्या श्यामच्या चेहऱ्याच्या जागी एक पांढरट ठिपका दिसत होता–

"आर्थर – आर्थर – वर पाहा–" श्याम जवळजवळ पुटपुटलाच.

आर्थरने वरच्या अथांग आकाशाकडे नजर टाकली.

आकाशातले तारे एकामागून एक नाहीसे होत होते. रोषणाईसाठी लावलेल्या दिव्यांच्या माळांपैकी एकेकीचे स्वीच ऑफ व्हावे तसेच.

एकामागून एक, तारे, ग्रहमाला, तारकाचक्रे; सारे विझत होते. त्यांच्या जागी अंधार येत होता...

सावधान !

त्यादिवशीच्या बहुतेक सर्व वर्तमानपत्रांतून ती बातमी होती. अर्थात वेगवेगळ्या पत्रांत ती वेगवेगळ्या ठिकाणी छापली गेली होती. इंडिया टाइम्स, फ्री जर्नल, इंडिया मेल यांसारख्या भारदस्त वृत्तपत्रांनी ती आतल्या आठव्या किंवा नवव्या पानावर, आठ किंवा नऊ पॉइंटमध्ये छापली होती. काही सनसनाटी वर्तमानपत्रांनी अगदी पहिल्या पानावर सोळा पॉइंटच्या हेडलाइनमध्ये छापली होती; पण सर्वांच्या मुळाशी एक रिपोर्ट होता.

म्हैसूरच्या दक्षिण टोकाशी, निलगिरी पर्वताच्या अगदी पायथ्यालगत वसलेल्या पाल्लडी नावाच्या खेड्यात राहणारा पिसीपती नावाचा कामगार शेतावरून परत येत होता. उघडिपीचे दिवस होते आणि म्हणून तो मधल्या, जंगलातल्या पायवाटेने येत होता. पावसाळ्याचे आठ महिने दुथडी वाहणारा, पण आता कोरडा पडलेला एक ओढा ओलांडताना त्याची नजर सहजच आसपासच्या झाडांकडे गेली आणि त्याला दिसले, की आसपासच्या सर्व झाडांवर चांगली, मोठ्या घागरीएवढी लाल लाल फळे आलेली आहेत ! काही वेळ त्या प्रचंड फळांकडे तो नवलाने पाहत राहिला आणि मग जवळ जाऊन त्याने एक फळ नीट पाहिले. त्याच्या नंतर घेतलेल्या मुलाखतीत तो असे म्हणाला असल्याचे वृत्त होते–

"...ती फळे खूप मोठी होती. हाताला अगदी खडबडीत लागत होती. त्यांना एक प्रकारचा कसला तरी उग्र दर्पही येत होता, तो वास ओळखीचा

वाटत नव्हता. मी झाडावरचे फळ हातांनी हलवून पाहिले; ते खूप जड असावेसे वाटले...''

आणि मग पिसीपतीच्या लक्षात या प्रकाराचा अनैसर्गिकपणा, वेगळेपणा आला. खेड्यात वाढलेले त्याचे भोळे, अडाणी मन ! नवखा व न समजणारा प्रकार पाहून त्याची भीतीने बोबडीच वळली - आणि त्याने गावाच्या दिशेने धूम ठोकली.

गावात पोहोचेपर्यंत संध्याकाळ झाली होती. दिवसभराच्या श्रमाने पिसीपती दमला होता. जेवणखाण झाल्यावर चिलमी लावून पारावर अड्डा जमला तेव्हा त्याने ही हकिकत सांगितली. काही जणांनी त्याला थापाड्या म्हटले, काही जणांनी कुत्सितपणे ''काही घेतले बितले नव्हतेस ना ?'' असेही त्याला विचारले; पण त्या जमावापैकी काहींचा त्याच्या सांगण्यावर अर्धवट विश्वास बसला, निदान तिथे काहीतरी वेगळेच झाले आहे, काय आहे ते पाहिले पाहिजे, एवढी तरी त्यांची खात्री झाली आणि दुसऱ्या दिवशी पिसीपती कामावर निघाला, तेव्हा ही सात- आठ मंडळी त्याच्याबरोबर निघाली. त्या ओढ्यापाशी सर्वजण पोहोचून झाडांकडे पाहू लागले.

आसपासच्या सर्व झाडांवर ती प्रचंड फळे दिसत होती !

प्रत्येकाची प्रतिक्रिया त्याच्या त्याच्या स्वभावाप्रमाणे भिन्न भिन्न झाली. काहीजण डोळे मिटून गावाकडे धावत आले. काही जणांनी पुढे जाऊन त्या फळांचा रंग, रूप, स्पर्श, वास, वजन नीट पाहण्यापर्यंत मजल मारली. सर्वजण रोजगारी करून जगणारे होते. कितीही मोठा चमत्कार समोर दिसला, तरी त्यापायी दिवसाची कमाई बुडविणे त्यांना परवडण्यासारखे नव्हते. तेव्हा सर्वजण आपापल्या कामाला गेले.

संध्याकाळी जेव्हा परत अड्डा जमला तेव्हा या गोष्टीवर परत खल झाला. 'आम्ही प्रत्यक्ष पाहिले' असे सांगणाऱ्यांची संख्या आज खूपच वाढली होती, या सबळ पुराव्याच्या आधारावर सर्वजण गाव-पाटलाकडे गेले. पाटलाने दुसऱ्या सकाळी त्यांच्याबरोबर यायचे कबूल केले; पण त्याने त्या सर्वांना मूर्खात काढायला मागेपुढे पाहिले नाही.

- आणि पाटलाचा शब्दच खरा झाला; कारण सर्वजण जेव्हा दुसऱ्या दिवशी सकाळी ओढ्यापाशी आले (आता त्या ठिकाणाला एखाद्या जत्रेचे स्वरूप आले होते) तेव्हा झाडावर काहीही नव्हते !

“पिसीपती, कुठे आहेत रे तुझी फळे?” पाटील खेकसला.

पहिल्या फेरीचे सर्व साक्षीदार निरुत्तर झाले. कारण झाडांवर पाने होती – हिरवी, लाल, पिवळी सर्व तऱ्हेची पाने होती; पण एकही फळ नव्हते ! ते काहीही बोलू शकले नाहीत !

काही दिवसांनी ही बातमी वृत्तसंस्थेपर्यंत पोहोचली. संस्थेचा एक बातमीदार त्या गावी गेला. त्याने सर्वत्र चौकशी केली; प्रत्यक्ष ती ‘राक्षसी’ फळांची जागाही पाहिली. मग आपला रिपोर्ट पाठवला आणि तो सर्वत्र वेगवेगळ्या रूपात छापून आला.

माझ्या वर्तमानपत्रातही आला आणि मी ही हकिकत मोठ्या आश्चर्याने वाचली. सर्वसाधारणपणे असल्या ‘सेन्सेशनल’ बातम्या एखाद-दुसऱ्याच पत्रात असतात आणि अळवावरच्या पाण्यासारख्या त्या विरून जातात. – ही अशी सर्वत्र असलेली, कमी-जास्त प्रमाणात का होईना; पण सर्वत्र पसरलेली वार्ता ! मला त्याचेच नवल वाटले.

त्यानंतरचे दोनतीन दिवस मी वर्तमानपत्रे मोठ्या उत्सुकतेने चाळत होतो. त्या प्रकरणाचा शेवट काय होतो याची मलाही मोठीच उत्कंठा लागली होती. आणि त्या प्रकारावर मला नंतर खूपच वाचायला मिळाले; पण त्यात निर्णायक, खुलासा करणारे असे काहीच नव्हते.

एकदा बातमी फुटल्यावर इतर वृत्तसंस्थांचे वार्ताहरही अर्थात त्या ठिकाणी पोहोचलेच. इतरही उपद्व्यापी लोक तिथे जाऊन आले. ॲक्सिडेंट होऊन जखमी व्यक्ती किंवा मोडलेली वाहने हलवल्यावरही केवळ ‘ती’ जागा पाहण्यासाठी माणसांच्या झुंडी जमतातच – तसलाच हा प्रकार होता. ते पाचसात दिवस पिसीपतीला अगदी चलतीचे गेले असले पाहिजेत; पण पिसीपतीजवळ (तो प्रामाणिक होता म्हणून) पहिल्या वृत्तान्तापेक्षा जास्त सांगण्यासारखे काहीच नव्हते.

म्हणजे त्या बातमीतला गर संपला होता. उरलेल्या चोथ्याचे पाचसात दिवस वर्तमानपत्रांतून चर्वितचर्वण चालले होते. पिसीपतीला काय दिसले असावे, का दिसले असावे, इतरांना नंतर काहीच का दिसले नाही ? दृष्टिभ्रंश, सामुदायिक भ्रम यावर चर्चा झाली. त्यासाठी इतिहासजमा झालेली अनेक प्रकरणे ओढूनताणून उजेडात आणली गेली. फ्रान्स का स्पेन, कोठे तरी एका चर्चसमोर धुक्यावर

दिसणारा क्रिस्ताचा क्रॉन्स, काश्मिरातल्या गुहेत दिसणारे बर्फाचे शिवलिंग, समुद्रावरच्या प्रवाशांना मध्य अॅटलांटिक सागरात दिसणारी टिटॅनिकची प्रतिकृती, हे आणि इतर अनेक-

त्या बहादूर लेखकांचा दमही संपला व ही गोष्ट लोकांच्या नजरेच्या हळूहळू आड झाली. चारपाच दिवसांनी उलथापालथ व मग संपूर्ण विस्मृती-

वरील प्रसंगानंतर काही दिवसांतच माझी गोविंद दशपुत्रेशी गाठ पडली आणि बोलण्यात सहज हा विषय निघाला. गोविंद दशपुत्रे या व्यक्तीचे स्पष्टीकरण आवश्यक आहे. गोविंदची व्याख्या सहज होण्यासारखी नव्हती. तो कोणत्याच वर्गात सहज बसण्यासारखा नव्हता. त्याच्या आयुष्याने अनेक वेडीवाकडी वळणे घेतलेली होती. मुळात त्याने प्राणिशास्त्रात डॉक्टरेट घेतली होती व नंतर वैद्यकीय पदवी घेतली होती. सैनिकी आयुष्याचा अनुभव घेण्यासाठी त्याने आर्मीत टेंपररी कमिशनही घेतले होते.(त्याला काय अनुभव आले हे मात्र त्याने कोणाजवळ सांगितल्याचे मला आठवत नाही !) त्यानंतर काही दिवस त्याने विद्यार्थ्यांसाठी एक रेसीडेन्शियल स्कूलही चालवले होते; परंतु त्याचा शिक्षणक्रम कठीण म्हणून शेवटी पालकांनी आपापली मुले परत नेली होती. (आणि त्यात आश्चर्य नव्हते- गोविंदच्या शाळेतील तिसऱ्या वर्षातील मुलांना केवळ एक मोठा चाकू, एक लांब दोरी व एक चकमक यांच्या साहाय्याने आठ दिवस रानावनात स्वतःचे संरक्षण व पोषण करण्याची शिकवण देण्यात येत असे !) असे त्याचे उपद्व्याप चालू होते. त्याचे लेख आणि त्याची पुस्तके (विशेषतः 'आजची संस्कृती - एक पिकलेले फळ') अत्यंत विवाद्य ठरली होती. असा हा गोविंद. कोणत्या वेळी काय करीत असेल, याचा अंदाजसुद्धा कठीण होता.

त्याच्याशी माझी गाठ पडली व वर सांगितल्याप्रमाणे आमच्या बोलण्यात हा फळांचा विषय आला. गोविंदला यात गोडी वाटेल आणि त्याच्याकडून मला काहीतरी स्पष्टीकरण मिळेल, अशी मला आशा वाटत होती. का? ते मला सांगता येत नाही; पण मला एक गोष्ट नक्की माहीत होती – गोविंद बुद्धीने तल्लख होता आणि विशेष म्हणजे ही बुद्धी केवळ ठरावीक विषयापुरतीच किंवा एकाच दिशेने प्रगत झालेली नव्हती. उलट अनेक दिशांनी पैलू पाडलेल्या हिऱ्यासारखी ती नानाविध अनुभवांच्या प्रतिक्रियेने सर्वव्यापी झाली होती.

माझी हकिकत त्याने शांतपणे ऐकून घेतली व शेवटी तो म्हणाला,

''नाना, मी हे सर्व वाचले आहे. एवढेच नाही, मी प्रत्यक्ष त्या ठिकाणी जाऊन आलो आहे. ती जागा माझ्या डोळ्यांनी प्रत्यक्ष पाहिलेली आहे-''

''अं? मग आधी नाही बोललास?'' मी जरा आश्चर्याने म्हणालो. त्याचा चेहरा अगदी गंभीर व जरासा खिन्न झाल्यासारखा दिसला.

''तू हा अनुभव कसा सांगतोस, हे मला पाहावयाचे होते-''

''पण माझा त्याच्याशी काय संबंध आहे?''

''आहे ! तुझा आहे, माझा आहे, सर्व मानवजातीचा संबंध आहे ! पण ते जाऊ दे ! ते सांगण्याची वेळ अजून आलेली नाही. मला एक सांग, तुझे स्वत:चे मत या बाबतीत काय झाले आहे?''

''माझे मत?'' मी जास्तच गोंधळून विचारले.

''यस ! तुझे मत ! तू या गोष्टीचे स्पष्टीकरण कसे करशील?''

''मला कोणी स्पष्टीकरण मागितले आहे?''

''च् !'' तो उद्वेगाने म्हणाला, ''अरे हे मागावे का लागते? हे वाचल्यानंतर तुझी बुद्धी, सारासारविचार बंड करून उठला नाही का? हे काय झाले, याबद्दल तुझ्या मनात कोलाहल माजला नाही का? या अनैसर्गिक प्रकाराने तू बेचैन झाला नाहीस का?''

गोविंदच्या या भडिमाराने मी सर्दच झालो. एका साध्या गोष्टीने तो इतका एक्साइट होईल, याची मला कल्पनाही नव्हती आणि विशेष म्हणजे त्याला माझ्याकडून काहीतरी खास उत्तर अपेक्षित होते. पुढे वाकून, गुडघ्यावर हात टेकून, तो अत्यंत उत्कंठतेने माझ्याकडे पाहत होता. माझी मन:स्थिती द्विधा झाली. त्याचा मूळ प्रश्न तर समोर होताच; पण त्याच्या जोडीला गोविंदचे हे विलक्षण वागणेही होते. जरा वेळ विचार करून मी शेवटी नकारार्थी मान हलवली.

''नाही गोविंद, त्या दृष्टीने मी या गोष्टीवर विचारच केलेला नाही - माझ्या मनात त्याला काही खास महत्त्वही वाटत नाही.''

''मग आता विचार कर !'' तो आवेगाने म्हणाला- ''अजून कर ! काय झाले असावे असे तुला वाटते? प्रयत्न तरी कर !''

त्याच्या या तीक्ष्ण टोचणीखाली मला विचार करणे भागच पडले. मी ती

हकिकत मनासमोर आणली, तो देखावा डोळ्यांसमोर उभा केला आणि त्यामागची कारणे शोधायची खटपट करू लागलो. कोणी तरी मुद्दाम वात्रटपणा म्हणून तर केले नसेल? पिसीपती व त्याचे काही मित्र यांनी तर हा बनाव रचला नसेल ?– पण छे ! असे ताणाखाली मन नीट विचार करायला असमर्थ ठरले–

''नाही बुवा ! आपल्याला तर काही सुचत नाही–'' मी म्हणालो.

गोविंदचे खांदे एकदम ढिले पडले, तो खुर्चीत मागे सरकला आणि थकल्या चेहऱ्याने बसला. त्याच्या डोळ्यांत धगधगणारी आग एकदम विझल्यागत झाली होती. त्याच्यावर झालेल्या या परिणामाचे मला अतिशय आश्चर्य वाटले. त्याने अपेक्षा तरी काय केली होती?

''नाना, तू त्यावर फारसा विचारच केला नाहीस, खरे ना?''

''ऑल राइट ! नाही केला ! ती बाब किती क्षुल्लक आहे !''

''क्षुल्लक? क्षुल्लक? माय गॉड !''

''हे पाहा गोविंद, ही कोड्याची भाषा आता पुरे ! ठीक आहे, मी मठ्ठ आहे, मी विचार केलेला नाही, सगळे कबूल. तुझ्या बोलण्यावरून तू विचार केलेला दिसतोस – तू आता सांग बरे ! तिथे काय झाले? आणि तुला एवढी उत्सुकता का वाटत आहे?''

गोविंद बराच वेळ माझ्याकडे टक लावून पाहत होता, मनातल्या मनात तो माझे मोजमाप करीत होता – मला काही सांगावे की नाही याचा विचार करीत होता हे अगदी उघड दिसत होते; पण शेवटी त्याने स्वतःशी खेदाने मान हलवली व तो म्हणाला,

''जाऊ द्या ! तसे सांगण्यासारखे काही नाही. निदान आता तरी नाही–''

''आणि मग एवढा आटापिटा कशासाठी केलास?''

त्याच्या डोळ्यात, अगदी मागे, एक क्षणभर रागाची ठिणगी चमकली, खूप मोठा श्वास घेऊन तो म्हणाला,

''नाना, मी तुला एक सांगतो ते ध्यानात ठेव. म्हैसूरमध्ये परवा ही गोष्ट झाली ना? आणखी एकदोन महिन्यात तुझ्या कानांवर परत तसेच काहीतरी येईल – माझे शब्द लक्षात ठेव.''

''तसेच? तसली मोठमोठी फळे?''

''नाही – फळे नाहीत – या वेळी दुसरेच काहीतरी असेल – मोठमोठी फुले, प्रचंड फुलपाखरे – असेच काहीतरी –''

"पण-?"

"पण नाही. तसे काही तरी कानांवर आले, की माझे शब्द आठव. मग मला भेट-"

आमचे संभाषण संपले. तो यापेक्षा जास्त काही बोलायला तयार नव्हता आणि त्याचा मूडही गेला होता.

मनातल्या मनात माणूस प्रसंगांची मूल्ये सारखी बदलत असतो. एका क्षणी त्याला एखादी गोष्ट अत्यंत महत्त्वाची वाटते, त्याच्या लक्षात ती चिरकाल राहील अशी त्याची खात्री असते; पण एकदा त्यावर नंतरच्या स्मृतींचे, विचारांचे, अनुभवांचे थरावर थर चढत गेले, की ती अगदी सामान्य होते. जंगलात एखाद्या प्रचंड वृक्षाच्या तळाशी तुम्ही उभे राहिलात तर तो वृक्षराज तुमचे सर्व आसमंत, सर्व अस्मान व्यापून टाकीत असतो. तिथे दुसऱ्या कशाला अवकाशच नसतो; पण तुम्ही जंगलातून बाहेर पडा - आणि काय आश्चर्य ! तोही एक सामान्य वृक्षच बनून जातो - इतर हजारांसारखा - लक्षात न राहण्यासारखा - ओळखताही न येण्यासारखा !

गोविंदच्या शब्दांचा एकदोन दिवसापर्यंत माझ्या मनावर विलक्षण पगडा होता. या प्रसंगातून त्याला काहीतरी सूचित करावयाचे होते - आणि ते साधेसुधे नव्हते, हे खास - पण काय? विचार करकरून माझे डोके सुन्न झाले; पण मला काहीही अर्थबोध झाला नाही.

आणि हळूहळू हा विषय, त्यावरची चर्चा, सारे काही मागे मागे गेले व काही दिवसांनी विस्मृतीत जमा झाले. एकदोनदा असाही विचार मनात आलेला आठवतो, की हा गोविंद जरासा एककल्ली आहे. त्याचा स्वभाव आपण ज्याला 'फॅडिस्ट' म्हणतो त्या प्रकारचा आहे. एकदा त्याच्या मनाने काही घेतले, की तो ते जाम सोडत नाही; पण त्याने सांगितलेल्या गोष्टींना आपण अकारण, नसते महत्त्व तर देत नाही ना ? घडलेल्या गोष्टीत दिसतो त्यापेक्षा आणखी काही खोल, वेगळा अर्थ आहे, अशी त्याची समजूत आहे; पण त्यासाठी त्याने आपल्याला काही पुरावा दाखवला का? नाही ! या व अशाच सोयीस्कर युक्तिवादाच्या आधाराने मी ते सर्व अगदी गौण मानले व विसरून गेलो.

ऑफिसच्या कामाला टूरवर निघालो, की जवळजवळ वीस दिवस मी खेड्यापाड्यांतून असतो व बाहेरच्या जगाशी संबंध असा जवळजवळ नसतोच.

मी पुढच्या मुक्कामाला आणि पत्रे, डाक, वृत्तपत्रे मागच्या मुक्कामाला असा पाठशिवणीचा खेळ चाललेला असतो. टूर संपवून मी परत आलो आणि मागची वर्तमानपत्रे चाळली, तेव्हा मला या नव्या प्रकाराची वार्ता समजली.

गेल्या दोनतीन दिवसांतल्या वर्तमानपत्रांत त्याचा अगदी धावता आणि त्रोटक असा उल्लेख होता... ''काही दिवसांपूर्वी रत्नागिरीजवळ आगर-चांदवे या खेड्यातून ज्या काही बातम्या आल्या होत्या, त्यांच्यासंबंधी पूर्ण तपास केल्यानंतर त्यात काहीही तथ्य नाही, असे अधिकृतरीत्या जाहीर करण्यात आले आहे...'' पण ही वाक्ये कोणत्या तरी प्रकरणाचा शेवट दाखवीत होती. त्यांची सुरुवात आधीच केव्हातरी झाली होती आणि हा ठरावीक नमुना वाचताच माझ्या मेंदूत मागची अशीच एक आठवण खडबडून जागी झाली व धोक्याची घंटा खणखणू लागली.

अधीरपणे मी माझ्या गैरहजेरीतली सर्व वर्तमानपत्रे एकत्र केली व दिनक्रमाप्रमाणे ती चाळायला लागलो, तेव्हा त्यात मला सर्व काही सापडले. म्हैसूरमधल्या प्रसंगाचीच ती जवळजवळ पुनरावृत्ती होती – आणि गोविंदचे शब्द माझ्या डोक्यात परत एकदा घुमायला लागले होते –

''असे काही झाले की मग मला भेटा !''

एकंदर बातम्यांचा सारांश असा होता :

आगर-चांदवे हे तीसपस्तीस झोपड्यांचे खेडे रत्नागिरीपासून उत्तरेस सहा मैलांवर आहे. बहुतेक वस्ती कोळी लोकांची आहे. सध्याच्या पावसाळी हवेत मासेमारी बंद होती व होड्या खाडीच्या काठावर ओढून उघड्या टाकलेल्या होत्या. संध्याकाळची साडेसहा-सातची वेळ होती. आभाळ अंधारून आले होते. पावसाची टपटप सुरू झाली होती. जाळ्यांच्या दुरुस्तीचे काम करीत बसलेला सावळ्या उठला आणि आपले सामान गोळा करू लागला. त्याची नजर सहज समोर खाडीकडे गेली.

पाण्याचा रंग करडा पोलादी होता. आता ते एखाद्या डिवचलेल्या श्वापदासारखे खवळून उठले होते. पांढरट केसाची आयाळ सारखी मागे टाकीत होते. पावसाचा जोर वाढला. आखलेल्या सरळ रेषांसारख्या धारा धरल्या. समोरचा देखावा धूसर झाला आणि त्या अस्पष्टतेतच सावळ्याला काहीतरी दिसले.

खाडीतल्या पाण्यातून फूट-दीड फूट व्यासाचे, एखाद्याच्या पाठमोऱ्या डोक्यासारखे दिसणारे काहीतरी वर आले होते. पाण्याच्या पृष्ठभागावर ते चांगले हातभर वर आले होते आणि जरा नीट पाहिल्यावर सावळ्याला दिसले, की ती अशा बोडक्या खडकासारख्या पदार्थांची रांगच्या रांग होती. त्याच्या डोळ्यांसमोरून सुरू होऊन पार समुद्रात काही दिसेनासे होईपर्यंत ही काळी कुळकुळीत बोडकी शिखरे दिसत होती.

सावळ्याचा सारा जन्म समुद्राशी झुंझण्यात गेला होता. त्याने अनेकांच्या तोंडून समुद्रावर घडलेले अनेक प्रसंग ऐकले होते; पण हे काही तरी वेगळेच आहे, असे त्याला खात्रीने वाटायला लागले. त्या वेळेपुरता पाऊस वगैरे विसरून तो समोरच पाहत राहिला-

''सावळ्या ! ओ सावळ्या ! रुतला काय रे वाळूत?''

मागून आलेल्या हाकेने तो दचकला. खेड्यातला ममद्या त्याच्याकडे येत होता. तो जवळ येईपर्यंत सावळ्या काहीच बोलला नाही व मग त्याने ममद्याला खाडीकडे बोट करून दाखवले.

ममद्याने तिकडे पाहिले, तो तोंडातल्या तोंडात काहीतरी ओरडला आणि सावळ्याचा हात धरून त्याने सावळ्याला खेचत खेचत वरती टेकाडावरच्या वस्तीत आणले. पाऊस धूमधार चालला होता. बाहेर कोणी डोकावतसुद्धा नव्हते. सावळ्याला त्याने झोपडीत ओढले आणि तो म्हणाला, ''सावळ्या ! एक शब्दसुद्धा नको कोणाजवळ ! उद्या पहाटेस आपण पुन्हा खाली जाऊ, आणि - आणि - ती बोडकी जर तशीच असली, तर मग दुसऱ्या कोणाला तरी दाखवू - आता काही नाही !''

रात्रभर सावळ्या हिव भरल्यासारखा थडथडत होता. मनात वेडेवाकडे विचार दाटून येत होते; पण ते शब्दात उतरवता येत नव्हते. चार शब्द समजुतीने सांगायला त्याला जवळचे असे कोणी नव्हते. बायको मेल्याला मोजता येण्यापेक्षा जास्त वर्षे झाली होती. पोरगा कामासाठी गाव सोडून गेला होता, त्याची किती तरी वर्षात चिठ्ठीही नव्हती. गाठभेट तर दूरच राहिली. विचारांना मनातल्या मनात कढ येत राहिला. अशी ही घालमेलीची रात्र उलटली.

पहाटेचे फटफटताच ममद्याने सावळ्याला जाग आणली, रात्रीची आठवण दिली आणि दोघे टेकडीच्या उताराकडे आले; पण कोणाला बोलवायची आणि

दाखवायची जरूरीच नव्हती. त्यांच्या आधीच दहा-बारा माणसे काठावर जमा झाली होती आणि खाडीकडे 'आ' वासून पाहत होती.

ओहोटीच्या वेळेला पाणी जरा शांत होते आणि त्यामध्ये उभ्या असलेल्या काळ्या आकृती जास्तच बोडक्या दिसत होत्या. ममद्याला मक्का-मदिनेच्या हजची आठवण झाली, तर सावळ्याला देवळात पाहिलेल्या काळ्याभोर शाळुंकेची आठवण झाली-

दिवस वर आला. मधून मधून सूर्य डोकावू लागला व त्या पिवळट उन्हाची एखादी तिरीप त्या काळ्या आकारावरून फेकली जाऊ लागली. गावातले लोक पाहत होते; पण मनातल्या मनात भ्याले होते. एकदोन तरण्या वीरांनी होडकेही तिथपर्यंत नेले; पण शेवटी त्या काळ्या खुंटावर दोरी टाकायची काही त्यांची हिम्मत झाली नाही.

गावात शहराचा एक पाहुणा आला होता, तो परत जाताना हे चित्र आणि आठवण घेऊन गेला आणि दुसऱ्या सकाळी खाडीतले खुंट पाहण्यासाठी ही गर्दी लोटली...

पण खाडीत काही नव्हते !

माणसे येत राहिली, अफवा पसरत गेल्या, वर्तमानपत्रात आल्या, चर्चा प्रतिचर्चा झाली, परत मागचा पाढा उजळला गेला...

पण प्रत्यक्षात पुरावा काही राहिला नव्हता !

मी ज्यावेळी हातात वर्तमानपत्र घेतले तेव्हा ही सर्व चर्चा संपली होती. मागचे दाखले, मागे घडलेले प्रसंग यांचे चर्वितचर्वण संपले होते. हा विषय अगदी शेवटच्या अवस्थेत होता.

पण मला गोविंदचे शब्द आठवले. त्याला मी आता भेटणार तर होतोच; पण त्या भेटीची मला जराशी भीती वाटायला लागली होती. हे असे काहीतरी होईल ही कल्पना त्याला कशी आली होती? दोन्ही प्रकार इतके भिन्न होते, इतक्या दूर अंतरावर घडले होते, की त्यांना जोडणारा एकही दुवा नव्हता. नाही म्हणायला त्यांच्यात एक साम्य होते. आधी कोणाला तरी काही तरी अनैसर्गिक प्रकार दिसला होता व मागाहून ते दृश्य नाहीसे झाले होते; पण याचा अर्थ काय? माझे मन इथपर्यंत येत होते आणि अडत होते-

गोविंदचा पत्ता लागत नव्हता. त्याचा ब्लॉक पाहिला, नेहमीची मित्रमंडळी झाली, त्याचे ऑफिस झाले - कोठेही त्याचा पत्ता नव्हता व तो कोठे गेला आहे किंवा किती दिवसांनी परत येणार आहे, याचीही कोणाला कल्पना नव्हती. सर्व ठिकाणी मी माझे नाव सांगून ठेवले व तो परत येताच मला निरोप देण्याची विनंती केली.

सुमारे महिन्याभराने संध्याकाळच्या वेळी त्याचा फोन आला.

''नाना ! मी गोविंद बोलतोय-''

''अरे, मी तुला-''

'' कळले - सगळे कळले. आजच सकाळी मी परत आलो.''

''गोविंदा, तू मागे म्हणाला होतास-''

''करेक्ट ! मला सारे आठवले. केव्हा येतोस?''

''आता येऊ?''

''ये. मी घरीच आहे.''

त्याच्या घरी पोहोचेपर्यंत अंधार पडला होता. मला खाली सांगण्यात आले, की गोविंद तिसऱ्या मजल्यावरच्या टेरेसच्या खोलीत आहे. मी आजवर त्या खोलीत गेलो नव्हतो. खोलीच्या चारही बाजूंना खूप मोठ्या खिडक्या होत्या. ती जवळजवळ एखाद्या काचघरासारखीच होती आणि आत गोविंदची कामाची सर्व साधने होती. मोठमोठे संदर्भग्रंथ, कागदाच्या फाइल्स, हिरव्या बेझचे खूप मोठे टेबल, टाइपरायटर, टेलिफोन-

तो आत एका आरामखुर्चीत बसला होता. त्याचा चेहरा अंधारात होता. मला पाहताच तो म्हणाला,

''आलास का नाना? ये, ती खुर्ची घे इकडे-''

त्याच्या आवाजाने मी चपापलो. त्याचा आवाज अगदी थकलेला, खिन्न, असा वाटत होता. त्याच्या शरीरातही एक प्रकारचा सैलपणा, ढिलेपणा आल्यासारखा वाटत होता.

''गोविंद, तू म्हणालास अगदी तसेच घडले !'' मी खुर्ची पुढे ओढता ओढता म्हणालो. गोविंदने एक हात जरासा असाहाय्यपणे हवेत हलवला. दुसऱ्या हाताने तो कपाळ, डोळे, चेहरा चोळत होता.

''केव्हा कळणार आहे? लोकांना केव्हा कळणार आहे?'' तो विलक्षण हताश स्वरात म्हणाला. मी काहीच बोललो नाही.

“नाना, तू स्वत: या दुसऱ्या प्रकाराची हकिकत वाचली आहेस. मी तुला एवढे सांगतो - सावल्या व ममद्या यांची मी स्वत: गाठ घेतलेली आहे. त्यांनी वर केलेले वर्णन अक्षरश: खरे आहे. मग लोकांनी त्यांना कितीही मूर्खात काढले तरी ! तुला मी यासंबंधी सूचनाही दिली होती. आता तुला काय वाटते? काही नवीन विचार केलास?”

आणि पुन्हा त्याला मी केवळ निराशच करू शकलो. काही केल्या मला या प्रसंगातला दुवाच सापडत नव्हता - मी काय करणार ?

“नाना, त्या पलीकडच्या टेबलावरची फाईल जरा इकडे घे-”

त्याने दाखवलेली फाईल मी त्याच्या हातात दिली. त्याने ती उघडताच मला दिसले, की आत अनेक प्रकारची वर्तमानपत्रांतली कटिंग्ज् होती. गोविंदच्या हस्ताक्षरातली काही टिपणे होती व बराचसा टाइप केलेला पत्रव्यवहार होता. उघडलेल्या फाईलवर हात ठेवून गोविंद म्हणाला,

“नाना, गेल्या दोन-अडीच वर्षात मी घेतलेल्या अविश्रांत श्रमातून ही फाइल तयार झालेली आहे. यात मी काय जमा करून ठेवले असेल, अशी कल्पना आहे ?”

मी केवळ मूकपणाने मान हलवली.

“भारतात यावर्षी म्हैसूर आणि रत्नागिरी या ठिकाणी जे घडले त्यासारख्या सर्व प्रकारांची तपशीलवार नोंद या फाईलमध्ये आहे. वर्तमानपत्रातून त्यासंबंधी आलेला मजकूर, त्या प्रकरणाशी संबंधित असलेल्या व्यक्तींशी व अधिकाऱ्यांशी मी केलेला पत्रव्यवहार आणि जिथे जिथे मला प्रत्यक्ष जाणे शक्य झाले, तिथली मी स्वत: केलेली टिपणे यांची ही फाईल बनलेली आहे.”

मी आश्चर्याने त्याच्याकडे पाहतच राहिलो. एवढा उपद्व्याप करण्याची त्याला काय आवश्यकता होती? आता गोविंद माझ्याकडे अपेक्षेने पाहत नव्हता; कारण मी त्याची अनेकवार निराशा केली होती.

“नाना, सर्वसाधारणपणे वेगळ्या, विचित्र, स्पष्टीकरण न होऊ शकणाऱ्या गोष्टी माझ्या लक्षात कायमच्या राहतात. पहिला रिपोर्ट मला पाहायला मिळाला, तो स्वीस आल्प्समधून स्केटिंग करणाऱ्या एका अनुभवी माणसाच्या अनुभवाचा. एका संध्याकाळी एका खूप मोठ्या उतरणीवरून तो घसरत येत असताना त्याला उजव्या हाताच्या दरीत रंगीबेरंगी प्रकाशगोल दिसले होते.

बर्फाच्या चमकीने किंवा तळाजवळच्या गावातल्या हॉटेलच्या दिव्यांनी त्याचे डोळे फसले नव्हते. रोप ट्रॉलीमधून तो परत त्या शिखरावर गेला व त्याने पुन्हा एकदा त्या उतरणीवरून प्रवास केला – परत तोच प्रकार ! तो खाली आला. खाली क्लबमध्ये व बारमध्ये खूप गर्दी होती; पण तो काही बोलला नाही. आपले हसे होईल, अशी त्याला धास्ती वाटत होती. फक्त निकटच्या एका स्नेह्याला त्याने हा प्रकार सांगितला. ते दोघे व आणखी एक अशा तिघांनी अगदी संध्याकाळी पुन्हा एकदा तो प्रकार पाहिला व मग त्यांनी तो सर्वांना सांगितला. सकाळच्या पहिल्या पहिल्या बॅचमधल्या काही लोकांनाही ते प्रकाश दिसले व मग नाहीसे झाले. त्या गोष्टीचा गवगवा खूप झाला. तिकडे बातम्या तर वाऱ्यासारख्या पसरतात. मुलाखती झाल्या, स्पष्टीकरणे झाली आणि तेवढ्यावर तो प्रकार थांबला. मी हे एवढे वाचले होते व ते माझ्या ध्यानात होते. मनात खोलवर रुतून बसले होते.''

विमनस्कपणे हाताखालचे कागद चाळीत तो पुढे म्हणाला,

''त्या वेळी मी सर्व काही वाचले; पण त्यापुढे माझी मजल गेली नाही. त्यानंतर जवळजवळ तीन महिन्यांनी जर्मन आल्प्सच्या पायथ्याला असलाच एक प्रकार झाला. गावातला एक शेतकरी – त्याचे नाव मॅक्स फोल्स्टाईन असे काहीतरी होते. तर हा मॅक्स रात्रीची पाहणी करीत असताना त्याला शेताच्या कुंपणाच्या खांबाखांबावर असेच दिवे दिसले. त्याबद्दल तू वर्तमानपत्रात वाचलेस की नाही, मला माहीत नाही; पण सर्व प्रकार अगदी एकाच पॅटर्नचा होता. आधी मॅक्सला दिवे दिसले, मग त्याने बोलावून आणलेल्या त्याच्या शेजाऱ्याला तेच दिसले आणि मग गडप !''

''मी या दोन्ही प्रसंगांवर खूप विचार केला; पण त्यातला अर्थ – जर काही अर्थ असला तर – मला काही केल्या सापडेना; पण मी त्या बातम्यांचे कटिंग मजजवळ ठेवले. एखाद्या घटनेचा अर्थ मला समजला नाही म्हणून मी निरर्थक मानीत नाही. त्याच संबंधात पूरक अशी आणखी माहिती मिळण्याची वाट पाहत राहतो–''

''अजून माझ्या फाईलला संदर्भाचे स्वरूप आले नव्हते; पण या प्रकारांच्या बातम्या ठिकठिकाणांहून येत होत्या. अमेरिका, कॅनडा, रशिया, इंग्लंड, तुर्कस्थान, फ्रान्स, जपान, मलाया, इजिप्त, दक्षिण आफ्रिका – सर्वत्र हा प्रकार

ऐकिवात येत होता. कोणाला तरी काहीतरी अघटित दिसायचे, आणखी कोणाला तरी ते एक- दोनदा दिसायचे व मग खलास ! मागाहून आलेल्यांना काही नाही !''

''त्यांच्यावर वर्तमानपत्रांतून नाना तऱ्हेचे लेख आले. कॉलमिस्ट लोकांनी या प्रकारांच्या स्पष्टीकरणासाठी अनेक पर्याय सुचवले. मुद्दाम केलेले फसवणुकीचे प्रकार, प्रॅक्टिकल जोक्स, मास हॅल्युसिनेशन्स, ऑटोसजेशन्स, अपवादात्मक नैसर्गिक घटना - एक ना अनेक ! आणि त्यातल्या एकाने शेवटी लिहिले होते- हे सर्व प्रकार निरर्थक आहेत. कोणीतरी काहीतरी रिपोर्ट द्यायचा, त्या ठिकाणी शेजाऱ्यांनी, वार्ताहरांनी, बघ्यांनी हजारोंच्या संख्येने जायचे, वेळ व पैसा यांचा अपव्यय करायचा, ही गोष्ट आपल्या संस्कृतीला शोभत नाही. आकाशातल्या धूमकेतूकडे पाहत भीतीने एकत्र येणारे असे रानटी लोक आपण राहिलेलो नाही. या प्रकारांवर उपाय म्हणजे एकच - त्यांच्याकडे संपूर्ण दुर्लक्ष करणे !'' नाना, हे वाक्य माझ्या मनात घोळत राहिले-''

''एका रात्री मी विचार करीत पडलो असताना हे सर्व माझ्या डोळ्यांसमोरून गेले. घडलेले प्रकार, लोकांची प्रतिक्रिया, दिलेली स्पष्टीकरणे, सुचवलेले उपाय- सारे काही ! मग मी मनाशी म्हटले, या प्रकारामागे काही हेतू असेल का ? असण्याचा संभव नाही; पण समजा, आहे असे आपण गृहीत धरले, तर मग ? आता लोकांची प्रतिक्रिया काय होईल? लोक तिकडे फारसे लक्ष देणार नाहीत आणि मग शरीरावर काटा उभा करीत एक प्रश्न समोर उभा राहिला - हाच त्यांचा हेतू असला तर?''

गोविंदच्या शरीरातला सैलपणा केव्हाच गेला होता. तो आता ताठ बसला होता. आवळलेल्या मुठी मांडीवर ठेवल्या होत्या व कठीण चेहऱ्याने तो माझ्याकडे पाहत होता. मी गडबडून म्हणालो,

''पण गोविंद, हे 'ते' कोण? कसला हेतू?''

''नाना,'' गोविंद हलक्या आवाजात म्हणाला, ''इसापनीतीतली मेंढपाळाचा मुलगा व लांडगा यांची गोष्ट तुला आठवते ना? थट्टेसाठी म्हणून मुलगा सहज ओरडला, ''लांडगा आला !'' आणि सर्व गावकरी धावून आले. पुन्हा एकदा त्याने थट्टा केली, पुन्हा एकदा - आणि शेवटी जेव्हा खरोखरच लांडगा आला, तेव्हा त्याच्या हाकेला कोणीही किंमत दिली नाही. त्याच्या असंरक्षित मेंढ्या लांडग्याने यथावकाश खाल्ल्या.''

"गोविंद, तू आज कोड्यातच बोलायचे ठरविले आहेस का?"

"नाना, मी तुला सर्व सांगतो. माझ्या मनात हा विचार आला आणि मी ताडकन उठून बसलो. माझे सर्व शरीर थरथर कापत होते. शरीराला घाम फुटला होता. मी आजवर इतका कधीही भ्यालेलो नाही. कारण त्या एका क्षणात या प्रकारातला खरा अर्थ आला होता. नाना, आपली दिशाभूल चाललेली आहे. कोणीतरी आपली भयंकर फसवणूक करीत आहे. त्यात शेवटी आपला सर्वनाश होणार आहे; पण हे कोणाच्या लक्षात येत नाही. मी सांगायला गेलो तर कोणाला पटत नाही !"

"वेल ! मलाही अजून समजलेले नाही, गोविंद !"

"नाना, माझे शब्द लक्षात ठेव. पृथ्वीवर होणाऱ्या हल्ल्याची ही पूर्वतयारी आहे. हल्ल्यासाठी पार्श्वभूमी तयार केली जात आहे. सर्व मानवजात एक प्रकारच्या निरुद्ध, बेफिकीर अशा अवस्थेत येत आहे. दोन्ही प्रकारातले साम्य तुझ्या लक्षात आले नाही का ?"

"लांडगा आला या आरोळीला हाक द्यायचे आपण आता सोडून दिले आहे. आणि एका कोणत्या तरी दिवशी हा लांडगा खरोखरच येणार आहे ! आणि त्या वेळी आपण सर्वजण बेसावध असू !"

"पण कोण येणार आहे, गोविंद ?"

"नाना, ते मलाही माहीत नाही. पृथ्वीवरच्या भरगच्च आयुष्याने ते आकर्षित झालेले आहेत, हे खास. ते चंद्रावरून आलेले असतील, ते धगधगत्या बुधावरून आलेले असतील किंवा त्यांचे उत्पत्तिस्थान धूसर शुक्र असेल किंवा लाल मंगळ असेल किंवा थंड, प्रचंड गुरू असेल ! कदाचित ते सूर्यमंडळाबाहेरूनही आलेले असतील ! मला एकच गोष्ट माहीत आहे – ती ही की ते आपल्या पृथ्वीवरचे नाहीत !"

"आणि आल्यावर काय करतील?"

"पृथ्वी हस्तगत करतील ! आपले धनी बनतील ! आणि आपण त्यांचे गुलाम होऊ – म्हणजे जिवंत राहिलो तर !"

त्याच्या शब्दांनी मला विलक्षण धक्का बसला. अर्थात माझा त्यावर अजिबात विश्वास बसला नव्हता; पण त्याच्या मनाने हा जो काही विलक्षण ध्यास घेतला होता, त्याची जी काही कल्पना झाली होती, तिची सत्यसृष्टीशी

किती फारकत होती, या गोष्टीचा मला धक्का बसला होता. पण गोविंद पुढे बोलत होता.

‘‘आणि आपण आपले रक्षण किती सहज करू शकलो असतो ! ती किती साधी गोष्ट होती !’’

‘‘रक्षण कसे करणार, गोविंद?’’ मी हलकेच विचारले.

त्याची नजर एकदम माझ्याकडे वळली व त्याचे तीक्ष्ण डोळे माझ्यावर खिळले. त्याने मान हलवली – नकारार्थी

‘‘नाना, मला एकप्रकारचे डिल्यूझन झाले आहे असे तुला वाटत आहे ना ? म्हणून तू माझ्या मनाप्रमाणे घेत आहेस ना?’’

‘‘नाही, नाही, गोविंद– ’’ मी वरमून अडखळत म्हणालो,

एक हात वर करून गोविंद म्हणाला,

‘‘पुरे, पुरे नाना ! त्यात तुझी काही चूक नाही ! तुझ्यापेक्षाही हुशार, जाणत्या माणसांचा – ज्यांना जास्त अक्कल असायला हवी होती अशांचा – असाच ग्रह झाला. मला भ्रम झाला आहे, वेड लागले आहे ! मी त्यांना संरक्षणाचा उपाय सांगितला आणि त्यांना तो पसंत पडला नाही; त्यांनी काहीएक करायला नकार दिला–’’

‘‘तू त्यांना काय सांगितलेस?’’

‘‘जिथे जिथे असला प्रकार दिसेल तिथे तिथे त्याचा नाश करायचा ! बंदूक, भाला, अग्नी जे काय मिळेल त्याचा वापर करून त्याचा सर्वनाश करायचा ! असे एक–दोनदा झाले असते म्हणजे त्यांची बोटे पोळली असती व त्यांनी आपला नाद सोडला असता; पण आपण नेमके त्याच्या उलट, जे नको ते, त्यांना जे हवे ते करीत आहोत ! आपण तिकडे दुर्लक्ष करीत आहोत ! ज्याला काही विपरीत दिसेल त्याला त्याचा स्फोट करणे कठीण करीत आहोत !’’

खाली घातलेली मान वर करीत गोविंद म्हणाला,

‘‘नाना, मी स्वत:ही ते केले असते; पण मला तशी संधीच मिळाली नाही! कोठूनही बातमी आली, की मी त्या त्या ठिकाणी लवकरात लवकर जाण्याचा आटोकाट प्रयत्न करीत होतो; पण मला उशीर व्हायचा – नेहमी उशीर व्हायचा ! मी जाईपर्यंत तिथला प्रकार – जो काय असेल तो – संपलेला असायचा ! त्याही बाबतीत मला अधिकाऱ्यांनी सहकार्य दिले नाही ! मी नुसता तडफड तडफड करीत इथे बसून आहे !’’

शेवटचा प्रयत्न म्हणून मी म्हणालो,

"गोविंद , तुझ्या विचारात काही चूक झाली असण्याची शक्यता नाही का ? तुझा तर्क किती लांब पल्ल्याचा आहे !"

"नाना, माझा अंदाज चूक ठरला तर माझ्यासारखा इतर कोणालाही आनंद होणार नाही ! आपल्यावर कोसळू पाहणारे केवढे संकट टळेल !"

यापुढे बोलण्याचे काही राहिलेच नव्हते.

खिन्न मनाने मी गोविंदचा निरोप घेतला.

त्यानंतरचे बरेच दिवस गोविंदचा विचार माझ्या मनातून गेला नाही. त्याला भेटण्याची मला फारशी इच्छा नव्हती. जगाच्या नाशाची त्याला काळजी लागली होती; पण माझ्या डोळ्यांसमोर मला एक प्रगल्भ, अष्टपैलू, धारदार मेंदूवर ओढवलेला बुद्धिनाशाचा दुर्धर प्रसंग दिसत होता आणि मी काहीही करू शकत नव्हतो-

गोविंदशी झालेल्या बोलण्यानंतर एक सवय मात्र मला लागली. वर्तमानपत्रात या प्रकारच्या काही बातम्या येतात का व त्यांचा शेवट कसा होतो, इकडे मी जास्त बारकाईने लक्ष देऊ लागलो.

वर्तमानपत्रातल्या आतल्या पानावर, लहान टाइपमध्ये, मला दर दोनतीन महिन्यांनी असल्या बातम्या दिसल्या. भारतात राजस्थानमधे वाळवंटाच्या कडेवर असे काहीतरी दिसले, जबलपूरजवळ टेकड्यांच्या ओळीतही काहीतरी दिसले होते, इतर देशांतूनही हेच प्रकार चालले होते. गोविंदचे एक मात्र खरे ठरले होते- असा एखादा रिपोर्ट आलाच, तर तो छापण्यापलीकडे इतर जास्त काही वर्तमानपत्रे करीत नव्हती व वाचण्यापलीकडे लोकही जास्त काही करीत नव्हते.

फेब्रुवारी-मार्चच्या सुमारास दोन-तीन ठिकाणांहून मोठमोठे - चांगले सहा फूट लांबीचे, हिरवेगार सुरवंट दिसल्याच्या बातम्या आल्या. आणि कोणीही तिकडे फारसे लक्ष दिले नाही. या वेळी एक फरक होता - तो हा, की हा प्रकार सर्वत्र होत होता व सर्वत्र तेच ते दिसत होते; पण कोणीही तिकडे लक्ष दिले नाही- रोज मरे त्याला कोण रडे?

नेहमीप्रमाणे दोन दिवसांनी हे सुरवंट दिसेनासे झाले नाहीत. उलट त्यांची संख्या वाढली व नजीकच्या गावांवर त्यांनी हल्ले चढवले. सर्व जग खडबडून जागे झाले - एकदम सर्वांची धावपळ सुरू झाली-

पण एव्हाना फार उशीर झाला होता. जगातल्या सर्व देशांत मिळून सुमारे पाचशे ठिकाणी हे सुरवंट उतरले होते व प्रत्येक ठिकाणी त्यांनी हल्ला चढवून जवळपास प्रदेश ताब्यात घेतला होता. सर्व जनता एकत्र येऊन, प्रतिकाराचा काही मार्ग निघेपर्यंत जवळजवळ निम्मी पृथ्वी सुरवंटांनी काबीज केली होती. त्यात माझेही गाव आहे.

गोविंदचे शब्दच शेवटी खरे ठरले आहेत.

हे सुरवंट (ते खरोखर सुरवंट नाहीत, केवळ तसे दिसतात !) मंगळावरून आलेले आहेत. ते मनकवडे आहेत – आणि त्यांची इच्छाशक्ती इतकी प्रबळ आहे, की त्यांच्या आसपास प्रतिकारच अशक्य होतो.

स्वतंत्र जगाचा व्याप रोज कमी होत चालला आहे. या – या – राक्षसांच्या हाती सापडलेल्या आम्हा दुर्दैवी लोकांना सोडविण्यासाठी बाहेरून काहीतरी प्रयत्न चालू असतील, अशी मला आशा आहे. त्यांना काय करायचे असेल ते त्यांनी लवकरच करायला हवे; कारण आता फार वेळ उरलेला नाही. माझ्या माहितीची किती तरी माणसे माझ्या डोळ्यांदेखत या सुरवंटांनी उचलून नेली आहेत; पुढे त्यांचे काय होते याची मला काही कल्पना नाही.

हे लिहिण्याचीही काही जरूरी नव्हती; पण पुढे कधी काळी कोणाच्या हाती हे कागद पडलेच, तर हे त्यांच्या डोळ्यांसाठी आहे. हा आमच्या गाफिलीचा, बेफिकिरीचा इतिहास आहे. आम्ही स्वत: आपला नाश आपल्यावर कसा ओढवून घेतला, त्याची ही दुर्दैवी कहाणी आहे. आता लेखणी खाली ठेवतो.

बाहेर सरपटल्यासारखा काहीतरी आवाज येत आहे ! आज माझीच पाळी दिसते. खिडकीजवळ ते चांगले दोन फुटांचे डोके दिसू लागले आहे. दोन मोठमोठे डोळे आणि खाली हात हात लांब, सारखे हलणारे, दोरखंडासारखे जाड जाड अवयव...